Nắm vững nghệ thuật soong

AF749661

100 công thức nấu ăn hấp dẫn cho những điều kỳ diệu trong một món ăn từ sự thoải mái cổ điển đến hương vị mới đậm đà

Huệ Bùi

từ chối trách nhiệm

Thông tin trong cuốn sách này nhằm mục đích phục vụ như một bộ sưu tập toàn diện các chiến lược mà tác giả của cuốn sách này đã thực hiện nghiên cứu. Tóm tắt, chiến lược, mẹo và thủ thuật chỉ được tác giả đề xuất và việc đọc Cuốn sách này sẽ không đảm bảo rằng kết quả của một người sẽ phản ánh chính xác kết quả của tác giả. Tác giả của cuốn sách đã thực hiện tất cả các nỗ lực hợp lý để cung cấp thông tin hiện tại và chính xác cho độc giả của cuốn sách. Tác giả và các cộng sự của nó sẽ không chị u trách nhiệm pháp lý cho bất kỳ lỗi hoặc thiếu sót không chủ ý nào có thể được tìm thấy. Tài liệu trong Sách có thể bao gồm thông tin từ bên thứ ba. Tài liệu của bên thứ ba bao gồm các ý kiến được thể hiện bởi chủ sở hữu của họ. Do đó, tác giả của Cuốn sách không chị u trách nhiệm hoặc trách nhiệm pháp lý đối với bất kỳ tài liệu hoặc ý kiến của bên thứ ba nào. Cho dù là do sự phát triển của internet hay do những thay đổi không lường trước được trong chính sách của công ty và nguyên tắc gửi biên tập, những gì được coi là sự thật tại thời điểm viết bài này có thể trở nên lỗi thời hoặc không thể áp dụng được sau này.

MỤC LỤC

GIỚI THIỆU

Nói lời tạm biệt với việc chuẩn bị bữa ăn phức tạp và chào đón những bữa ăn một món dễ dàng và ngon miệng với " Nắm vững nghệ thuật soong."!

- Khám phá niềm vui của bữa ăn một món với " Nắm vững nghệ thuật soong." Cuốn sách nấu ăn này là hướng dẫn cơ bản giúp bạn tạo ra những bữa ăn ngon và thỏa mãn mà không cần cầu kỳ.
- Với 100 công thức nấu ăn hấp dẫn, bạn sẽ có nhiều lựa chọn. Từ những món ăn quen thuộc cổ điển như mac và pho mát đến những hương vị đậm đà mới như diêm mạch và khoai lang hầm, cuốn sách dạy nấu ăn này luôn có thứ gì đó dành cho mọi người.
- Hướng dẫn từng bước của chúng tôi giúp bạn dễ dàng thành thạo món thịt hầm, ngay cả khi bạn là người mới bắt đầu vào bếp. Với hướng dẫn rõ ràng và các mẹo hữu ích, bạn sẽ nhanh chóng chế biến món thịt hầm như một chuyên gia.
- " Nắm vững nghệ thuật soong" hoàn hảo cho những buổi tối trong tuần bận rộn, bữa tối gia đình, tiệc potluck, v.v. Cho dù bạn đang nấu ăn cho hai người hay cho nhiều người ăn, công thức nấu ăn của chúng tôi được thiết kế để giúp cuộc sống của bạn dễ dàng hơn và vị giác của bạn hài lòng.

Với 100 công thức nấu ăn ngon miệng và hướng dẫn từng bước của chúng tôi, bạn sẽ có thể thành thạo nghệ thuật chế biến món thịt hầm và tạo ra những bữa ăn vừa thoải mái vừa hài lòng. Cho dù bạn là người mới bắt đầu hay một đầu bếp có kinh nghiệm, " Nắm vững nghệ thuật soong" là sự bổ sung hoàn hảo cho bộ sưu tập sách dạy nấu ăn của bạn. Vì vậy, lấy một món thịt hầm và bắt đầu nấu ăn!

BỮA SÁNG

1. Bánh muffin nướng măng tây kiểu Anh

Thực hiện: 6–8 phần ăn

THÀNH PHẦN:

- 1 pound măng tây tươi, cắt thành miếng 1 inch
- 5 bánh nướng xốp kiểu Anh, tách đôi và nướng
- 2 chén phô mai Colby Jack nghiền, chia
- 1 ½ chén giăm bông nấu chín hoàn toàn thái hạt lựu
- ½ chén ớt chuông đỏ xắt nhỏ
- 8 quả trứng, đánh tan
- 2 ly sữa
- 1 muỗng cà phê muối
- 1 muỗng cà phê mù tạt khô
- ½ muỗng cà phê tiêu đen

HƯỚNG DẪN:

a) Trong một cái chảo 4 lít, đun sôi các miếng măng tây trong 1 phút. Để ráo nước và cho vào một tô nước đá lớn để dừng quá trình nấu. Xả và thấm khô măng tây bằng khăn giấy.

b) Đặt các nửa bánh nướng xốp kiểu Anh, cắt mặt lên trên, để tạo thành lớp vỏ trong chảo 9x13 inch đã bôi mỡ. Cắt bánh nướng xốp

để lấp đầy khoảng trống trong chảo khi cần thiết. Lớp măng tây, một nửa pho mát, giăm bông và ớt chuông trên bánh nướng xốp.
c) Trong một bát lớn, đánh trứng, sữa, muối, mù tạt khô và hạt tiêu. Đổ đều hỗn hợp trứng lên bánh muffin. Che và tủ lạnh 2 giờ hoặc qua đêm. Lấy ra khỏi tủ lạnh trước khi làm nóng lò ở 375 độ. Nướng 40–45 phút hoặc cho đến khi đặt ở giữa. Ngay lập tức rắc phô mai còn lại lên trên và phục vụ.

2. Bữa sáng nướng Burritos

Thực hiện: 6–8 phần ăn

THÀNH PHẦN:

- 12 quả trứng
- ¾ chén salsa đặc
- 10 bánh bột mì vừa
- 4 ounce ớt xanh xắt nhỏ
- 1 chén phô mai cheddar nạo

HƯỚNG DẪN:

a) Làm nóng lò trước ở 350 độ.

b) Trong chảo rán, trộn trứng và salsa với nhau cho đến khi cứng lại nhưng không bị khô. Làm nóng bánh ngô trong lò vi sóng cho đến khi mềm. Cho một thìa hỗn hợp trứng bác vào giữa mỗi chiếc bánh tortilla.

c) Cuộn tortilla lại và cho vào chảo 9x13 inch đã bôi mỡ.
d) Rắc ớt xanh và phô mai.
e) Che và nướng 15 phút.

3. Pizza trứng bác và giăm bông

Thực hiện: 6–8 phần ăn

THÀNH PHẦN:

- 1 ống (13,8 ounce) bột làm vỏ bánh pizza trong tủ lạnh
- 8 quả trứng
- 2 muỗng canh sữa
- Muối và hạt tiêu cho vừa ăn
- 1-½ chén giăm bông nấu chín hoàn toàn thái hạt lựu
- 1 chén phô mai cheddar nạo

HƯỚNG DẪN:

a) Làm nóng lò ở 400 độ.

b) Trải bột vỏ bánh pizza dọc theo đáy và nửa chừng các cạnh của chảo 9x13 inch đã bôi mỡ. Nướng 8 phút.

c) Trong chảo rán, khuấy và nấu trứng và sữa cho đến khi cứng nhưng không khô. Nêm với muối và hạt tiêu.

d) Trải trứng bác trên lớp vỏ nóng. Đặt giăm bông và phô mai đều trên trứng.

e) Nướng 8–12 phút hoặc cho đến khi lớp vỏ có màu vàng nâu và phô mai tan chảy.

4. soong trứng

Làm cho: 6 phần ăn

THÀNH PHẦN:

- 12 quả trứng
- 1 cốc sữa
- 1 chén phô mai Monterey Jack nạo, chia
- 1 pound thịt xông khói, nấu chín và vỡ vụn
- 1 bó hành lá, xắt nhỏ

HƯỚNG DẪN:

a) Làm nóng lò ở 325 độ.

b) Trong một cái bát, đánh trứng, sữa và một nửa pho mát. Khuấy thịt xông khói và hành tây. Đổ hỗn hợp vào chảo 9x13 inch đã bôi mỡ.

c) Đậy nắp và nấu trong 45 – 55 phút hoặc cho đến khi trứng chín.

d) Ngay lập tức rắc phô mai còn lại lên trên và phục vụ.

5. Xúc xích–Hash Brown Bữa sáng nướng

Thực hiện: 6–8 phần ăn

THÀNH PHẦN:

- 3-½ chén băm vụn đông lạnh
- 1 pound xúc xích, chín vàng và ráo nước
- 1 chén phô mai cheddar nạo
- 6 quả trứng, đánh tan
- ¾ cốc sữa
- 1 muỗng cà phê mù tạt khô
- ½ muỗng cà phê muối
- ½ muỗng cà phê tiêu đen

HƯỚNG DẪN:

a) Trải màu nâu băm vào đáy chảo 9x13 inch đã bôi mỡ. Rắc xúc xích nấu chín và phô mai lên trên.

b) Trong một cái bát, kết hợp trứng, sữa, mù tạt khô, muối và hạt tiêu. Đổ đều hỗn hợp trứng lên xúc xích và khoai tây chiên. Che và tủ lạnh 2 giờ hoặc qua đêm.

c) Lấy ra khỏi tủ lạnh 20 phút trước khi nướng và làm nóng lò ở 350 độ. Che và nướng 30 phút. Mở nắp và nướng thêm 5–8 phút nữa hoặc cho đến khi bánh chín.

6. Trứng Tây Nam Bộ

Làm cho: 6 phần ăn

THÀNH PHẦN:

- 12 quả trứng
- ½ cốc sữa
- 2 lon (4 ounce mỗi lon) ớt xanh xắt nhỏ
- ½ chén ớt chuông đỏ xắt nhỏ
- 1 chén phô mai cheddar nạo
- 1 chén phô mai Monterey Jack nạo

HƯỚNG DẪN:

a) Làm nóng lò trước ở 350 độ.

b) Trong một cái bát, đánh trứng và sữa. Để qua một bên.

c) Trong chảo 9x13 inch đã bôi mỡ, xếp lớp ớt, ớt chuông và pho mát. Đổ hỗn hợp trứng lên trên.

d) Đậy nắp và nướng trong 30–40 phút hoặc cho đến khi trứng được đặt ở giữa.

7. Bữa trưa trứng tráng

Thực hiện: 6–8 phần ăn

THÀNH PHẦN:

- 18 quả trứng
- 1 cốc kem chua
- 1 cốc sữa
- 1 muỗng cà phê muối
- ¼ chén hành lá xắt nhỏ
- 1 chén phô mai cheddar nạo

HƯỚNG DẪN:

a) Làm nóng lò ở 325 độ.

b) Trong một bát lớn, đánh trứng, kem chua, sữa và muối. Cho hành lá vào. Đổ hỗn hợp vào chảo 9x13 inch đã bôi mỡ. Nướng 45–55 phút hoặc cho đến khi trứng chín.

c) Ngay lập tức rắc phô mai lên trên và cắt thành hình vuông trước khi ăn.

8. Lưỡi liềm, Hash Brown và xúc xích nướng

Thực hiện: 4–6 phần ăn

THÀNH PHẦN:

- Bột cuộn lưỡi liềm làm lạnh ống 8 ounce
- 10,4 ounce xúc xích, có màu nâu, để ráo nước và thái lát
- 1 chén băm vụn đông lạnh
- 1 ½ chén phô mai cheddar nạo
- 5 quả trứng
- ⅓ cốc sữa
- Muối và hạt tiêu cho vừa ăn

HƯỚNG DẪN:

a) Làm nóng lò ở 375 độ.

b) Mở các hình lưỡi liềm và ấn bột từ dưới lên trên các mặt của chảo bánh pizza tròn 12 inch.

c) Rắc xúc xích, khoai tây chiên và phô mai lên trên bột.

d) Trong một cái bát, đánh trứng, sữa, muối và hạt tiêu bằng nĩa. Đổ hỗn hợp trứng lên bột.

e) Nướng 30 phút.
f) Phục vụ nêm với salsa tươi.

9. Raisin French Toast soong

Làm cho: 6 phần ăn

THÀNH PHẦN:

- 1 ổ bánh mì quế nho khô (24 ounces), hình khối
- 6 quả trứng, đánh nhẹ
- 3 ly sữa
- 2 muỗng cà phê vani
- đường mịn

HƯỚNG DẪN:

a) Đặt các khối bánh mì vào chảo 9x13 inch đã bôi mỡ.

b) Trong một cái bát, đánh trứng, sữa và vani. Đổ đều hỗn hợp trứng lên bánh mì. Che và tủ lạnh 2 giờ hoặc qua đêm.

c) Lấy ra khỏi tủ lạnh 20 phút trước khi nướng và làm nóng lò ở 350 độ.

d) Nướng, không đậy nắp, 45–50 phút hoặc cho đến khi có màu vàng nâu.

e) Rắc đường bột lên trên. Ăn với xi-rô cây phong.

10. Rau bina Frittata

Thực hiện: 2–4 phần ăn

THÀNH PHẦN:

- 4 quả trứng
- 1 ½ cốc sữa
- ½ muỗng cà phê muối
- 1 gói (10 ounces) rau bina đông lạnh, rã đông và để ráo nước
- ¾ chén phô mai cheddar bào hoặc Thụy Sĩ

HƯỚNG DẪN:

a) Làm nóng lò ở 400 độ.

b) Trong một cái bát, đánh trứng, sữa và muối với nhau. Đổ hỗn hợp vào chảo 8x8 inch đã bôi mỡ. Trải rau bina lên hỗn hợp trứng. Nướng 17–22 phút hoặc cho đến khi trứng đông lại. Rắc phô mai lên trên.

11. Thịt hầm xúc xích Thụy Sĩ

Thực hiện: 6–8 phần ăn

THÀNH PHẦN:

- 10 lát bánh mì trắng, hình khối
- 1 pound xúc xích cay, chín vàng và ráo nước
- Nấm thái lát có thể 4 ounce, để ráo nước
- ¾ chén phô mai cheddar nạo
- 1 ½ chén phô mai Thụy Sĩ bào
- 8 quả trứng, đánh tan
- 2 cốc rưỡi
- 2 ly sữa
- 1 muỗng cà phê muối
- 1 muỗng cà phê tiêu đen

HƯỚNG DẪN:

a) Đặt các khối bánh mì vào chảo 9x13 inch đã bôi mỡ. Xúc xích nấu chín vụn trên bánh mì. Xếp đều nấm lên xúc xích và rắc phô mai lên trên.

b) Trong một bát lớn, trộn trứng, nửa rưỡi, sữa, muối và hạt tiêu. Đổ đều hỗn hợp trứng lên phô mai. Che và tủ lạnh 2 giờ hoặc qua đêm.

c) Lấy ra khỏi tủ lạnh 20 phút trước khi nướng và làm nóng lò ở 350 độ. Che và nướng 30 phút. Mở nắp và nướng thêm 15–20 phút nữa.

12. Soong bột yến mạch Cherry Berry

Làm cho: 6 phần ăn

THÀNH PHẦN:

- 2 chén yến mạch cán khô
- ½ cốc cộng với 2 muỗng canh. đường nâu nhạt
- 1 muỗng cà phê bột nở
- 1 muỗng cà phê bột quế
- ½ muỗng cà phê muối
- ½ chén anh đào khô
- ½ cốc quả việt quất đông lạnh tươi hoặc rã đông
- ¼ chén hạnh nhân nướng
- 1 cốc sữa nguyên kem
- 1 cốc rưỡi kem
- 1 quả trứng
- 2 muỗng canh. bơ không muối tan chảy
- 1 muỗng cà phê chiết xuất vani

HƯỚNG DẪN:

a) Làm nóng lò ở 375 °. Xịt chảo nướng hình vuông 8 inch bằng bình xịt nấu ăn chống dính.
b) Trong một bát trộn, thêm yến mạch, ½ cốc đường nâu, bột nở, quế, muối, quả anh đào, ¼ cốc quả việt quất và ⅛ cốc hạnh nhân. Khuấy cho đến khi kết hợp và lây lan trong chảo nướng.
c) Rắc ¼ chén quả việt quất và ⅛ chén hạnh nhân lên trên.
d) Trong một bát trộn, thêm sữa, kem nửa rưỡi, trứng, bơ và chiết xuất vani. Đánh cho đến khi kết hợp và đổ lên trên cùng của soong. Không được khuấy. Rắc 2 thìa đường nâu lên trên.
e) Nướng trong 30 phút hoặc cho đến khi soong được thiết lập và bột yến mạch mềm. Lấy ra khỏi lò và để yên trong 5 phút trước khi ăn.

13. Soong cuộn nho khô quế

Làm cho: 8 phần ăn

THÀNH PHẦN:

- 2 lon chả quế đông lạnh, cỡ 12 ounce
- ¼ chén đường nâu nhạt
- 1 cốc nho khô
- 4 quả trứng
- ½ cốc kem nặng
- 2 muỗng canh. xi-rô phong
- 2 ½ muỗng cà phê chiết xuất vani
- 1 muỗng cà phê bột quế
- 4 ounce pho mát kem, làm mềm
- 1 chén đường bột
- 4 muỗng canh. bơ không ướp muối, làm mềm

HƯỚNG DẪN:

a) Làm nóng lò ở 350 °. Xịt chảo chống dính vào khuôn nướng bánh sâu 10 inch. Lấy chả quế ra khỏi hộp.

b) Đặt một nửa cuộn quế vào chảo bánh. Rắc 2 muỗng canh đường nâu và ½ chén nho khô lên trên cuộn quế.

c) Trong một bát trộn, thêm trứng, kem nặng, xi-rô cây thích, 2 muỗng cà phê chiết xuất vani và quế. Đánh cho đến khi kết hợp và đổ lên các cuộn quế trong chảo bánh. Đặt các cuộn quế còn lại lên trên. Rắc phần đường nâu còn lại và ½ cốc nho khô lên trên.

d) Nướng trong 30 phút hoặc cho đến khi soong được đặt và cuộn quế có màu vàng nâu.

e) Lấy ra khỏi lò. Trong một bát trộn, thêm pho mát kem, đường bột, bơ và ½ muỗng cà phê chiết xuất vani.

f) Đánh cho đến khi mịn và kết hợp. Trải trên các cuộn và phục vụ.

14. Apple Fritter Croissant Nướng

Làm cho: 6 phần ăn

THÀNH PHẦN:

- 6 muỗng canh. Bơ không muối
- ½ chén đường nâu nhạt
- 3 quả táo Granny Smith, bỏ lõi và thái hạt lựu
- 3 quả táo Fuji, bỏ lõi và thái hạt lựu
- ½ cốc cộng với 1 muỗng canh. Bơ táo
- 1 muỗng cà phê bột bắp
- 6 bánh sừng bò lớn, hình khối
- ½ cốc kem nặng
- 3 quả trứng đánh tan
- 1 muỗng cà phê chiết xuất vani
- ¼ muỗng cà phê gia vị bánh táo
- ½ chén đường bột

HƯỚNG DẪN:

a) Làm nóng lò ở 375 °. Xịt chảo nướng 9 x 13 bằng bình xịt chống dính. Trong một cái chảo lớn trên lửa vừa, thêm bơ. Khi bơ tan chảy, thêm đường nâu. Khuấy cho đến khi đường nâu tan.

b) Thêm táo vào chảo. Khuấy cho đến khi kết hợp. Nấu trong 6 phút hoặc cho đến khi táo mềm. Thêm 1 thìa bơ táo và bột ngô vào chảo. Khuấy cho đến khi kết hợp. Tháo chảo ra khỏi bếp.

c) Trải các khối bánh sừng bò trong chảo nướng. Thìa táo lên trên. Trong một bát trộn, thêm kem nặng, trứng, chiết xuất vani, gia vị bánh táo và ½ chén bơ táo. Đánh cho đến khi kết hợp và đổ lên trên cùng của soong.

d) Hãy chắc chắn rằng các khối bánh sừng bò được phủ trong chất lỏng.

e) Nướng trong 25 phút hoặc cho đến khi soong được đặt ở giữa.

f) Lấy ra khỏi lò và rắc đường bột lên trên. Phục vụ ấm áp.

15. Bánh mì nướng kiểu Pháp vị việt quất

Làm cho: 6 phần ăn

THÀNH PHẦN:

- 12 lát bánh mì Pháp cũ, dày 1 inch
- 5 quả trứng đánh tan
- 2 ½ cốc sữa nguyên chất
- 1 chén đường nâu nhạt
- 1 muỗng cà phê chiết xuất vani
- ½ muỗng cà phê hạt nhục đậu khấu
- 1 chén hồ đào xắt nhỏ
- ¼ chén bơ không ướp muối tan chảy
- 2 cốc quả việt quất tươi hoặc đông lạnh

HƯỚNG DẪN:

a) Xịt chảo nướng 9 x 13 bằng bình xịt chống dính. Đặt các lát bánh mì vào khay nướng. Trong một bát trộn, thêm trứng, sữa, ¾ chén đường nâu, chiết xuất vani và hạt nhục đậu khấu.

b) Đánh cho đến khi kết hợp và đổ lên bánh mì. Che chảo bằng bọc nhựa. Làm lạnh ít nhất 8 giờ nhưng không quá 10 giờ. Lấy chảo ra khỏi tủ lạnh và tháo màng bọc thực phẩm ra khỏi chảo.
c) Để soong ngồi ở nhiệt độ phòng trong 30 phút. Làm nóng lò ở 400 °. Rắc hồ đào lên trên soong. Trong một bát nhỏ, thêm ¼ chén đường nâu và bơ. Khuấy cho đến khi kết hợp và rắc lên trên soong.
d) Nướng trong 25 phút. Rắc quả việt quất lên trên soong.
e) Nướng trong 10 phút hoặc cho đến khi một con dao cắm vào giữa soong sạch sẽ. Lấy ra khỏi lò và phục vụ.

16. Soong bánh mì nướng kiểu Pháp cơ bản

Làm cho: 6 phần ăn

THÀNH PHẦN:

- 1 chén đường nâu nhạt
- ½ chén bơ không ướp muối
- 2 chén xi-rô ngô nhẹ
- Bánh mì Pháp 16 ounces, thái lát
- 5 quả trứng đánh tan
- 1 ½ cốc sữa nguyên chất
- Đường bột để hương vị

HƯỚNG DẪN:

a) Xịt nhẹ chảo nướng 9 x 13 bằng bình xịt chống dính. Trong chảo nước sốt trên lửa nhỏ, thêm đường nâu, bơ và xi-rô ngô.

b) Khuấy cho đến khi kết hợp và chỉ nấu cho đến khi tất cả các thành phần tan chảy. Lấy chảo ra khỏi bếp và đổ vào chảo nướng.

c) Đặt các lát bánh mì Pháp lên xi-rô. Bạn không thể sử dụng tất cả các lát bánh mì. Cắt lát bánh mì cho phù hợp nếu cần. Trong một bát trộn, thêm trứng và sữa. Đánh cho đến khi kết hợp và đổ lên các lát bánh mì. Che chảo bằng bọc nhựa. Làm lạnh ít nhất 8 giờ nhưng không quá 12 giờ.

d) Lấy chảo ra khỏi tủ lạnh. Tháo màng bọc thực phẩm và để hầm trong 30 phút ở nhiệt độ phòng. Làm nóng lò ở 350 °.

e) Nướng trong 20-30 phút hoặc cho đến khi soong được đặt và có màu nâu vàng nhạt.

f) Lấy ra khỏi lò và rắc đường bột lên trên để thưởng thức.

NGƯỜI ĂN CHAY

17. măng tây soong

Làm cho: 4 phần ăn

THÀNH PHẦN:

- 1 chén phô mai cheddar nạo
- 2 chén bánh quy mặn nghiền nát
- ¼ chén bơ hoặc bơ thực vật, tan chảy
- 10,75 ounce lon kem súp nấm, cô đặc
- 15 ounce măng tây có thể, ráo nước với chất lỏng dành riêng
- ½ chén hạnh nhân thái lát

HƯỚNG DẪN:

a) Làm nóng lò trước ở 350 độ.

b) Trong một cái bát, kết hợp phô mai và bánh quy giòn. Để qua một bên.

c) Trong một bát riêng, trộn đều bơ, súp và chất lỏng từ lon măng tây. Lớp một nửa hỗn hợp bánh quy giòn vào đáy chảo 8x8 inch. Xếp một nửa ngọn măng tây lên trên.

d) Lớp một nửa hạnh nhân thái lát và một nửa hỗn hợp súp trên măng tây.

e) Xếp các ngọn măng tây, hạnh nhân và hỗn hợp súp còn lại lên trên. Che với hỗn hợp cracker còn lại.

f) Nướng 20–25 phút hoặc cho đến khi sủi bọt và có màu vàng nâu.

18. Bánh Tortilla đậu đen xếp chồng lên nhau

Thực hiện: 4–5 phần ăn

THÀNH PHẦN:

- 1 lon (16 ounce) đậu chiên
- 1 chén salsa, chia
- 1 muỗng cà phê tỏi băm
- 1 muỗng canh rau mùi khô
- 1 lon (15 ounces) đậu đen, rửa sạch và để ráo nước
- 1 quả cà chua vừa, xắt nhỏ
- 7 bánh bột mì vừa
- 2 chén phô mai cheddar nạo

HƯỚNG DẪN:

a) Làm nóng lò ở 400 độ.

b) Trong một cái bát, kết hợp đậu chiên, ¾ chén salsa và tỏi.

c) Trong một bát riêng, kết hợp salsa, rau mùi, đậu đen và cà chua còn lại.

d) Đặt một chiếc bánh tortilla vào đáy khuôn bánh đã bôi mỡ. Rải một phần tư hỗn hợp đậu đã chiên lên bánh tortilla cách mép ½ inch.
e) Rắc ¼ chén phô mai lên đậu và phủ một lớp bánh tortilla khác. Thìa một phần ba hỗn hợp đậu đen trên bánh tortilla.
f) Rắc ¼ chén phô mai lên hỗn hợp đậu đen và phủ một lớp bánh tortilla khác.
g) Lặp lại các lớp, kết thúc bằng một lớp hỗn hợp đậu chiên cuối cùng trải trên bánh tortilla cuối cùng. Rắc ½ chén phô mai. Đậy nắp và nướng 35–40 phút.
h) Phục vụ từng miếng bánh với salsa và kem chua.

19. Cơm hầm rau củ

Thực hiện: 6–8 phần ăn

THÀNH PHẦN:

- 2 cốc nước
- 1 chén gạo trắng chưa nấu chín
- 1 túi (16 ounces) bông cải xanh đông lạnh
- 1 túi (16 ounces) hoa súp lơ đông lạnh
- ⅓ cốc nước
- 1 củ hành vừa, xắt nhỏ
- ⅓ chén bơ hoặc bơ thực vật
- 1 lọ (16 ounce) Cheez Whiz
- 1 lon (10,75 ounce) kem súp gà, cô đặc
- ⅔ cốc sữa

HƯỚNG DẪN:

a) Trong một cái chảo, đun sôi 2 cốc nước và gạo. Giảm nhiệt. Đậy nắp và đun nhỏ lửa trong 15 phút hoặc cho đến khi nước được hấp thụ.

b) Trong một cái bát, đun bông cải xanh và súp lơ trắng với ⅓ cốc nước trong lò vi sóng ở nhiệt độ cao trong 8 phút hoặc cho đến khi hoàn thành. Xả rau.

c) Làm nóng lò trước ở 350 độ.

d) Trong chảo, xào hành tây trong bơ. Cho cơm vào trộn với hành tây. Trải hỗn hợp gạo vào chảo 9x13 inch đã bôi mỡ.

e) Khuấy rau, sốt phô mai, súp và sữa vào hỗn hợp cơm.

f) Nướng 30–35 phút hoặc cho đến khi sủi bọt.

20. Khoai tây Mozzarella soong

Làm cho: 4 phần ăn

THÀNH PHẦN:

- 4 củ khoai tây vừa, gọt vỏ
- 4 cà chua Roma, thái lát
- 1 quả ớt chuông xanh lớn, bỏ hạt và cắt thành dải
- Muối và hạt tiêu cho vừa ăn
- 1 muỗng cà phê gia vị Ý
- 2 chén phô mai mozzarella nạo
- 1 cốc kem chua

HƯỚNG DẪN:

a) Làm nóng lò ở 400 độ.

b) Trong nồi kho, luộc khoai tây trong 25–30 phút cho đến khi chín một phần, sau đó cắt lát mỏng. Xếp một nửa từng lát khoai tây, lát cà chua và dải ớt chuông vào chảo 9x9 inch đã bôi mỡ.

c) Nêm với muối và hạt tiêu. Rắc một nửa gia vị Ý và phô mai mozzarella lên rau. Lặp lại các lớp với khoai tây, cà chua và ớt chuông còn lại.

d) Rắc gia vị và pho mát còn lại lên rau, sau đó phết kem chua lên trên.
e) Đậy nắp và nướng trong 30–40 phút hoặc cho đến khi sủi bọt.

21. Kem Rau bina soong

Thực hiện: 4–6 phần ăn

THÀNH PHẦN:

- 2 gói (10 ounce mỗi gói) rau bina xắt nhỏ đông lạnh
- 1 phong bì hỗn hợp súp hành tây
- 1 hộp (16 ounce) kem chua
- ¾ chén phô mai cheddar nạo

HƯỚNG DẪN:

a) Làm nóng lò trước ở 350 độ.

b) Nấu rau bina theo hướng dẫn trên bao bì và để ráo nước. Cho vào đĩa nướng 1 ½ đến 2 lít đã bôi mỡ.

c) Khuấy hỗn hợp súp hành tây và kem chua.

d) Rắc phô mai lên trên. Nướng 20–25 phút hoặc cho đến khi sủi bọt.

22. Hộp đựng đỗ xanh

Thực hiện: 4–6 phần ăn

THÀNH PHẦN:

- 2 lon (14,5 ounce mỗi lon) đậu xanh cắt kiểu Pháp, để ráo nước
- 1 lon (10,75 ounce) kem súp nấm, cô đặc
- ⅔ cốc sữa
- ⅓ chén miếng thịt xông khói thật
- ¼ muỗng cà phê tiêu đen
- 1 ¼ chén hành tây chiên, chia

HƯỚNG DẪN:

a) Làm nóng lò trước ở 350 độ.

b) Kết hợp tất cả các thành phần ngoại trừ hành tây trong một đĩa nướng 1 ½ đến 2 lít đã bôi mỡ. Khuấy trong ½ chén hành tây. Nướng, không đậy nắp, 30 phút hoặc cho đến khi sủi bọt.

c) Rắc hành còn lại lên trên và nướng thêm 5 phút nữa.

23. thịt hầm Hominy

Thực hiện: 4–5 phần ăn

THÀNH PHẦN:

- 1 củ hành vừa, xắt nhỏ
- 1 quả ớt chuông xanh lớn, bỏ hạt và thái hạt lựu
- ½ chén bơ hoặc bơ thực vật
- Đồ hộp hominy trắng 15,5 ounce, để ráo nước
- Đồ hộp hominy màu vàng 15,5 ounce, để ráo nước
- Ngô nguyên hạt hộp 12 ounce, để ráo nước
- Nấm thái lát có thể 4 ounce, để ráo nước
- ¼ chén phô mai Parmesan nạo
- 1 cốc Cheez Whiz
- ¼ chén pimiento thái hạt lựu, để ráo nước

HƯỚNG DẪN:

a) Làm nóng lò trước ở 350 độ.

b) Trong chảo, xào hành tây và ớt chuông trong bơ cho đến khi mềm. Khuấy các thành phần còn lại vào hỗn hợp hành tây. Trải vào chảo 8x8 inch đã bôi mỡ.

c) Nướng 30–35 phút hoặc cho đến khi sủi bọt.

24. Thịt hầm của người yêu ngô Indiana

Thực hiện: 4–6 phần ăn

THÀNH PHẦN:

- 2 quả trứng, đánh nhẹ
- 1 lon (14,75 ounce) ngô kiểu kem
- Ngô nguyên hạt hộp 12 ounce, để ráo nước
- ¾ chén kem chua
- 3 muỗng canh bơ hoặc bơ thực vật, tan chảy
- 1 ½ chén phô mai cheddar nạo
- 1 củ hành vừa, xắt nhỏ
- Ớt xanh xắt nhỏ có thể 4 ounce, để ráo nước
- 1 gói (6,5 ounce) hỗn hợp bánh muffin ngô

HƯỚNG DẪN:

a) Làm nóng lò trước ở 350 độ.

b) Trong một bát lớn, kết hợp trứng, ngô, kem chua, bơ, phô mai, hành tây và ớt. Nhẹ nhàng trộn hỗn hợp bánh muffin ngô cho đến khi ẩm. Phết hỗn hợp vào đĩa nướng 2 lít đã bôi mỡ.

c) Nướng 60–70 phút hoặc cho đến khi mặt trên và mặt bánh chín vàng.

25. Thịt hầm Pizza kiểu Mexico

Thực hiện: 5–7 phần ăn

THÀNH PHẦN:

- 1 ống (13,8 ounce) bột làm vỏ bánh pizza trong tủ lạnh
- 1 lon (16 ounce) đậu chiên
- ¾ chén salsa đặc
- 1 phong bì gia vị taco
- 1 ½ chén phô mai hỗn hợp Mexico nghiền
- 1 túi (10 ounces) rau diếp thái nhỏ
- 2 quả cà chua Roma, thái hạt lựu
- 1 ½ chén bánh tortilla phô mai nacho nghiền nát

HƯỚNG DẪN:

a) Làm nóng lò ở 400 độ.

b) Đậy đáy và một phần lên các mặt của chảo 9x13 inch đã bôi mỡ bằng bột bánh pizza. Nướng 10–12 phút hoặc cho đến khi có màu vàng nâu nhạt.

c) Trong một cái chảo, đun đậu đã chiên và salsa với nhau cho đến khi sủi bọt. Khuấy gia vị taco vào hỗn hợp đậu chiên. Rải hỗn hợp đậu đã chiên lên trên lớp vỏ nướng.
d) Rắc phô mai lên đậu và nướng trong 5–8 phút hoặc cho đến khi phô mai tan chảy.
e) Xếp rau diếp, cà chua và bánh tortilla nghiền lên trên và dùng ngay.

26. Cơm Soong Chile Xanh

Thực hiện: 4–6 phần ăn

THÀNH PHẦN:

- 1 hộp (6 ounce) hỗn hợp ngũ cốc dài và gạo hoang ăn liền
- 1 cốc kem chua
- Ớt xanh xắt nhỏ có thể 4 ounce, để ráo nước
- 1 chén phô mai cheddar nạo
- 1 chén phô mai Monterey Jack nạo

HƯỚNG DẪN:

a) Chuẩn bị gạo theo hướng dẫn trên bao bì.

b) Làm nóng lò trước ở 350 độ.

c) Trong một cái bát, trộn đều kem chua và ớt xanh. Trải một nửa số cơm đã nấu chín lên đáy chảo 8x8 inch đã bôi mỡ. Thìa một nửa hỗn hợp kem chua trên cơm. Rắc một nửa mỗi loại phô mai lên trên.

d) Thìa cơm còn lại trên pho mát. Phết hỗn hợp kem chua còn lại lên cơm, sau đó rắc phô mai còn lại lên trên.

e) Nướng, không đậy nắp, 15–20 phút hoặc cho đến khi sủi bọt.

27. Soong hành ngọt

Làm cho: 6 phần ăn

THÀNH PHẦN:

- 6 củ hành ngọt lớn, thái lát mỏng
- 6 muỗng canh bơ hoặc bơ thực vật, chia
- lon (10,75 ounce) kem súp cần tây, cô đặc
- ⅓ cốc sữa
- ½ muỗng cà phê tiêu đen
- 2 chén phô mai Thụy Sĩ nghiền, chia
- 6 lát bánh mì Pháp, cắt dày 1 inch

HƯỚNG DẪN:

a) Trong một chảo lớn, xào hành tây với 4 muỗng canh bơ trong 11–13 phút hoặc cho đến khi hành tây mềm.

b) Trong một bát lớn, kết hợp súp, sữa, hạt tiêu và 1 ½ chén pho mát.

c) Làm nóng lò trước ở 350 độ. Khuấy hành tây vào hỗn hợp súp. Rải hỗn hợp vào chảo 9x13 inch đã bôi mỡ. Rắc phô mai còn lại lên trên.

d) Đun chảy phần bơ còn lại và quét lên một mặt của mỗi lát bánh mì. Đặt các lát bánh mì, mặt bơ lên trên, vào chảo, tạo thành ba hàng.
e) Nướng 24–28 phút. Để nguội 5–7 phút trước khi ăn.

28. Veggie Shepherd Pie

Làm cho: 4 phần ăn

THÀNH PHẦN:

- 1 túi (16 ounces) rau trộn California đông lạnh
- 1 lon (10,75 ounce) súp phô mai cheddar, cô đặc
- ½ muỗng cà phê húng tây
- 2 chén khoai tây nghiền, nêm tỏi

HƯỚNG DẪN:

a) Làm nóng lò trước ở 350 độ.

b) Trong chảo 9x9 inch đã bôi mỡ, kết hợp rau đông lạnh, súp và cỏ xạ hương. Trải đều khoai tây trên lớp rau. Che và nướng 25 phút.

c) Mở nắp và nướng thêm 15–20 phút nữa hoặc cho đến khi nóng đều.

29. soong nhồi rau

Thực hiện: 7–9 phần ăn

THÀNH PHẦN:

- 1 túi (16 ounces) đậu xanh đông lạnh
- 1 túi (16 ounces) rau hỗn hợp đông lạnh
- 2 lon (10,75 ounce) kem súp nấm, cô đặc
- 1 lon (6 ounces) hành tây chiên
- 1 hộp (6 ounces) hỗn hợp nhồi gia vị
- 3 muỗng canh bơ hoặc bơ thực vật, tan chảy
- ¼ cốc nước

HƯỚNG DẪN:

a) Làm nóng lò trước ở 350 độ.
b) Đổ rau đông lạnh vào đáy chảo 9x13 inch đã bôi mỡ.
c) Khuấy súp vào rau.
d) Rắc hành và trộn đều lên trên.
e) Rưới bơ tan chảy và nước lên trên lớp nhân.

f) Đậy nắp và nướng trong 55–65 phút hoặc cho đến khi nóng đều.

30. Zucchini phô mai nướng

Làm cho: 4 phần ăn

THÀNH PHẦN:

- 1 zucchini vừa, thái lát mỏng
- 1 củ hành ngọt, thái lát mỏng
- 2 quả cà chua Roma, thái lát mỏng
- 2 muỗng canh bơ hoặc bơ thực vật, tan chảy
- ¾ chén vụn bánh mì hương vị Ý
- 1 chén phô mai mozzarella nạo

HƯỚNG DẪN:

a) Làm nóng lò trước ở 350 độ.

b) Trong chảo 9x9 inch đã bôi mỡ, xếp lớp bí xanh, hành tây và cà chua.

c) Rưới bơ lên rau củ. Rắc vụn bánh mì lên trên.

d) Đậy nắp và nướng trong 45–50 phút hoặc cho đến khi rau củ mềm. Lấy ra khỏi lò, mở nắp và rắc phô mai lên trên.

e) Nướng thêm 5–7 phút nữa hoặc cho đến khi phô mai sủi bọt.

THỊT GÀ

31. Gà hầm bông cải xanh

Thực hiện: 4–6 phần ăn

THÀNH PHẦN:

- 2 chén thịt gà nấu chín xắt nhỏ
- 1 lon (10,75 ounce) kem súp nấm, cô đặc
- ¼ cốc sữa
- ¾ chén phô mai Monterey Jack nạo
- 1 gói (10 ounces) bông cải xanh đông lạnh, rã đông
- ½ chén hành lá, thái lát
- ½ muỗng cà phê tiêu đen

HƯỚNG DẪN:

a) Làm nóng lò trước ở 350 độ.

b) Trong một bát lớn, trộn tất cả các thành phần với nhau. Rải hỗn hợp vào chảo 9x13 inch đã bôi mỡ.

c) Nướng 35–40 phút hoặc cho đến khi sủi bọt.

32. Gà điều

Thực hiện: 2–4 phần ăn

THÀNH PHẦN:

- 1 gói (6,2 ounce) cơm chiên, với gói gia vị
- 2 cốc nước
- 2 ức gà không xương, không da, nấu chín và cắt khối
- ½ chén cần tây thái lát
- Hạt dẻ nước có thể 4 ounce, để ráo nước
- ⅔ chén hạt điều

HƯỚNG DẪN:

a) Làm nóng lò trước ở 350 độ.

b) Trong một bát, kết hợp gạo, gói gia vị và nước.

c) Cho gà, hỗn hợp gạo, cần tây và hạt dẻ nước vào chảo 9x9 inch đã bôi mỡ. Đậy nắp và nướng trong 30–40 phút hoặc cho đến khi cơm chín.

d) Rắc hạt điều.

33. gà phô mai

Thực hiện: 4–6 phần ăn

THÀNH PHẦN:

- 4 đến 6 ức gà không xương, không da
- 1 hộp (16 ounce) kem chua
- 1 lon (10,75 ounce) kem súp cần tây, cô đặc
- 1 lon (10,75 ounce) kem súp gà, cô đặc
- 1 ¼ cốc nước
- 2 chén gạo trắng chưa nấu chín
- 1 chén phô mai cheddar nạo

HƯỚNG DẪN:

a) Làm nóng lò ở 325 độ.

b) Đặt gà vào chảo 9x13 inch đã bôi mỡ.

c) Trong một cái bát, kết hợp kem chua, súp, nước và gạo chưa nấu chín. Đổ lên gà. Che và nướng 1 giờ.

d) Rắc phô mai ngay trước khi phục vụ.

34. Tortilla Chip Enchiladas

Thực hiện: 6–8 phần ăn

THÀNH PHẦN:

- 2 chén thịt gà nấu chín xắt nhỏ
- 2 lon (10,75 ounce mỗi lon) kem súp gà, cô đặc
- 1 cốc kem chua
- ¼ chén hành tây xắt nhỏ
- 1 túi (12 ounce) bánh tortilla, nghiền nát trong túi
- 1 chén phô mai Monterey Jack nạo
- ½ chén salsa

HƯỚNG DẪN:

a) Làm nóng lò trước ở 350 độ.
b) Trong một bát lớn kết hợp thịt gà, súp, kem chua và hành tây.
c) Trong chảo 9x13 inch đã bôi mỡ, xếp một nửa số khoai tây chiên và một nửa hỗn hợp súp. Lặp lại các lớp.
d) Phủ phô mai lên trên và nướng trong 30 phút. Phục vụ với salsa.

35. Bánh ngô thịt gà hầm

Làm cho: 6 phần ăn

THÀNH PHẦN:

- 4 chén mì trứng chưa nấu chín
- 3 chén thịt gà nấu chín xắt nhỏ
- 2 lon (10,75 ounce mỗi lon) kem súp cần tây, cô đặc
- 1 lon (15 ounce) ngô kiểu kem
- 2 chén phô mai cheddar nạo
- 1 gói hỗn hợp bánh mì ngô (kích thước chảo 8x8 inch)

HƯỚNG DẪN:

a) Làm nóng lò trước ở 350 độ.

b) Luộc mì trong 5–7 phút hoặc cho đến khi chín. Để ráo và trộn với thịt gà, súp, ngô và pho mát. Đổ hỗn hợp mì vào chảo 9x13 inch đã bôi mỡ.

c) Trong một cái bát, trộn hỗn hợp bánh mì ngô với các thành phần được liệt kê trên bao bì. Thìa bột bánh mì ngô trên hỗn hợp mì.

d) Nướng 25–30 phút hoặc cho đến khi mặt bánh mì ngô có màu vàng nâu.

36. Gà Enchiladas thân thiện với gia đình

Thực hiện: 6–8 phần ăn

THÀNH PHẦN:

- 3 chén thịt gà nấu chín và xé nhỏ
- 2 lon (10,75 ounce mỗi lon) kem súp gà, cô đặc
- 1 cốc kem chua
- 4 ounce ớt xanh thái hạt lựu, để ráo nước
- ¼ chén hành khô băm nhỏ
- 2 ½ chén phô mai cheddar nạo, chia
- 10 bánh bột mì vừa
- ⅓ cốc sữa

HƯỚNG DẪN:

a) Làm nóng lò trước ở 350 độ.

b) Kết hợp thịt gà, 1 lon súp, kem chua, ớt, hành tây và 1 ½ chén pho mát. Đổ đầy bánh ngô với ⅓ đến ½ chén hỗn hợp thịt gà.

c) Cuộn bánh tortilla đầy nhân và đặt mặt đường may úp xuống trong chảo 9x13 inch đã bôi mỡ.

d) Kết hợp súp còn lại với sữa và phết lên cuộn bánh tortilla. Rắc phô mai còn lại lên trên.
e) Che và nướng 25 phút. Mở nắp và nướng thêm 5–10 phút nữa hoặc cho đến khi nóng đều.

37. Thịt hầm gà Fiesta

Thực hiện: 4–6 phần ăn

THÀNH PHẦN:

- 2 chén mì ống vỏ nhỏ chưa nấu chín
- 2 chén thịt gà nấu chín xắt nhỏ
- 1 lọ (16 ounce) salsa vừa
- Số ít ô liu
- 2 chén phô mai hỗn hợp Mexico

HƯỚNG DẪN:

a) Làm nóng lò trước ở 350 độ.
b) Nấu mì ống theo hướng dẫn trên bao bì và để ráo nước.
c) Kết hợp tất cả các thành phần trong chảo 9x13 inch đã bôi mỡ.
d) Đậy nắp và nướng trong 20–25 phút hoặc cho đến khi nóng đều.
e) Top với ô liu.

38. Thịt gà hầm chanh ngọt

Làm cho: 6 phần ăn

THÀNH PHẦN:

- 6 ức gà không xương, không da
- 2 muỗng canh bơ hoặc bơ thực vật, tan chảy
- ⅓ chén bột mì
- ⅓ cốc mật ong
- ¼ chén nước cốt chanh
- 1 muỗng canh nước tương

HƯỚNG DẪN:

a) Làm nóng lò trước ở 350 độ.

b) Nhúng gà vào bơ rồi đến bột mì. Cho vào chảo 9x13 inch đã bôi mỡ.

c) Kết hợp mật ong, nước cốt chanh và nước tương. Đổ nước sốt lên gà.

d) Đậy nắp và nướng 40 phút, hoặc cho đến khi gà chín.

39. gà hầm xoài

Làm cho: 4 phần ăn

THÀNH PHẦN:

- 1 chén gạo trắng chưa nấu chín
- 2 chén nước
- 4 ức gà không xương, không da
- 1 lọ (12 ounce) salsa xoài

HƯỚNG DẪN:

a) Làm nóng lò trước ở 350 độ.

b) Trong chảo 9x13 inch đã bôi mỡ, trộn gạo và nước. Đặt gà lên trên cơm và đổ salsa xoài lên trên.

c) Che và nướng 1 giờ.

40. gà hầm dứa

Thực hiện: 6–8 phần ăn

THÀNH PHẦN:

- 2 chén thịt gà nấu chín thái hạt lựu
- 1 lon (8 ounces) dứa nghiền, với chất lỏng
- 1 chén cần tây xắt nhỏ
- 1 chén cơm trắng nấu chín
- 1 lon (10,75 ounce) kem súp nấm, cô đặc
- 1 chén sốt mayonaise
- 1 lon (6 ounces) hạt dẻ nước thái lát, để ráo nước
- 2 chén vụn bánh mì
- 1 muỗng canh bơ hoặc bơ thực vật, tan chảy

HƯỚNG DẪN:

a) Làm nóng lò trước ở 350 độ.

b) Trong một bát lớn, kết hợp tất cả các thành phần trừ vụn bánh mì và bơ.

c) Chuyển hỗn hợp vào chảo 9x13 inch đã bôi mỡ.

d) Kết hợp vụn bánh mì và bơ; rắc lên trên hỗn hợp thịt gà.

e) Nướng 30–45 phút.

41. Cơm Gà Tây Nam Bộ

Thực hiện: 4–6 phần ăn

THÀNH PHẦN:

- 1 chén bánh quy phô mai nghiền mịn
- 1 phong bì gia vị taco
- 4 đến 6 ức gà không xương, không da
- 4 đến 6 lát phô mai Monterey Jack
- 4 ounce ớt xanh xắt nhỏ

HƯỚNG DẪN:

a) Làm nóng lò trước ở 350 độ.

b) Trên đĩa, kết hợp bánh quy giòn và gia vị taco. Làm phẳng thịt gà bằng dụng cụ làm mềm thịt và đặt 1 lát phô mai và khoảng 1 muỗng canh ớt lên mỗi miếng gà. Cuộn gà lại và cố định bằng tăm.

c) Rắc gà với hỗn hợp bánh quy giòn và đặt vào chảo 9x13 inch đã bôi mỡ.

d) Nướng, không đậy nắp, 35–40 phút hoặc cho đến khi gà chín.

e) Nhớ rút tăm trước khi ăn.

42. gà Thụy Sĩ

Thực hiện: 4–6 phần ăn

THÀNH PHẦN:

- 4 đến 6 ức gà không xương, không da
- 4 đến 6 lát phô mai Thụy Sĩ
- 1 lon (10,75 ounce) kem súp nấm, cô đặc
- ¼ cốc sữa
- 1 hộp (6 ounces) hỗn hợp nhồi gia vị
- ¼ chén bơ hoặc bơ thực vật, tan chảy

HƯỚNG DẪN:

a) Làm nóng lò trước ở 350 độ.

b) Đặt gà vào đáy chảo 9x13 inch đã bôi mỡ. Đặt các lát phô mai lên thịt gà.

c) Trong một cái bát, trộn đều súp và sữa. Đổ hỗn hợp súp lên gà.

d) Rắc hỗn hợp nhồi khô lên lớp súp và rưới bơ lên trên.

e) Đậy nắp và nướng trong 55–65 phút hoặc cho đến khi gà chín.

43. Gà Teriyaki

Làm cho: 4 phần ăn

THÀNH PHẦN:

- 2 ức gà không xương, không da, cắt khối
- 1 lon (15 ounces) nước luộc gà
- 2 muỗng canh đường nâu
- 2 muỗng canh nước tương
- ½ muỗng cà phê gừng xay
- ½ muỗng cà phê nước sốt Worrouershire
- 1 chén gạo trắng chưa nấu chín
- 1 lon (8 ounces) miếng dứa, để ráo nước

HƯỚNG DẪN:

a) Làm nóng lò trước ở 350 độ.
b) Trộn tất cả các nguyên liệu trong một cái tô lớn.
c) Chuyển hỗn hợp vào chảo 9x13 inch đã bôi mỡ.
d) Đậy nắp và nướng trong 1 giờ hoặc cho đến khi gạo chín.

44. Cơm Gà Rừng

Làm cho: 4 phần ăn

THÀNH PHẦN:

- 6,2 ounce gạo hạt dài và gạo hoang, với gia vị
- 1 ½ cốc nước
- 4 ức gà không xương, không da
- ½ muỗng cà phê húng quế khô
- ½ muỗng cà phê bột tỏi

HƯỚNG DẪN:

a) Làm nóng lò ở 375 độ.
b) Trong một bát, kết hợp gạo, gói gia vị và nước.
c) Đổ hỗn hợp vào chảo 9x13 inch đã bôi mỡ.
d) Đặt thịt gà lên hỗn hợp cơm và rắc húng quế và bột tỏi.
e) Che và nướng 1 giờ.

45. Cơm gà húng quế

Thực hiện: 4–6 phần ăn

THÀNH PHẦN:

- 3 muỗng canh bơ hoặc bơ thực vật, tan chảy
- 3 chén khoai tây, gọt vỏ và thái lát mỏng
- 1 gói (16 ounces) ngô đông lạnh
- 2 muỗng cà phê muối, chia
- 2 muỗng cà phê húng quế, chia
- 1 chén vụn bánh quy graham
- ⅓ chén bơ hoặc bơ thực vật, tan chảy
- 4 đến 6 ức gà không xương, không da

HƯỚNG DẪN:

a) Làm nóng lò ở 375 độ.

b) Đổ 3 muỗng canh bơ tan chảy vào đáy chảo 9x13 inch. Cho khoai tây và ngô vào chảo, sau đó rắc 1 thìa cà phê muối và 1 thìa cà phê húng quế.

c) Trong một cái bát nhỏ, kết hợp vụn bánh quy và muối và húng quế còn lại. Chuyển hỗn hợp vào đĩa. Nhúng gà vào ⅓ chén bơ đun chảy rồi lăn qua hỗn hợp vụn, phủ kín gà. Đặt gà trên rau.

d) Đậy nắp và nướng trong 60–75 phút hoặc cho đến khi gà chín và rau củ mềm.

e) Lấy ra khỏi lò, mở nắp và nướng thêm 10 phút nữa để gà chín vàng.

THỔ NHĨ KỲ

46. Món thịt hầm sau lễ tạ ơn

Thực hiện: 4–6 phần ăn

THÀNH PHẦN:

- 1 hộp (6 ounces) hỗn hợp nhồi gia vị
- 3 chén gà tây nấu chín xắt nhỏ
- 2 chén nước thịt gà tây, chia
- 2 chén khoai tây nghiền, nêm tỏi

HƯỚNG DẪN:

a) Làm nóng lò trước ở 350 độ.

b) Chuẩn bị nhồi theo hướng gói. Nhồi thìa vào đĩa nướng 2 lít đã bôi mỡ. Đặt gà tây lên trên nhồi. Đổ 1 cốc nước sốt lên gà tây. Trải đều khoai tây nghiền lên trên. Che với nước thịt còn lại.

c) Đậy nắp và nướng trong 35–45 phút hoặc cho đến khi sủi bọt.

47. Thịt hầm Tortilla Thổ Nhĩ Kỳ

Thực hiện: 6–8 phần ăn

THÀNH PHẦN:

- 3 chén gà tây nấu chín xắt nhỏ
- 4 ounce ớt xanh xắt nhỏ
- ¾ chén nước dùng gà
- 2 lon (10,75 ounce mỗi lon) kem súp gà, cô đặc
- 1 củ hành vừa, xắt nhỏ
- 8 đến 10 bánh tortilla kiểu gordita vừa
- 2 chén phô mai Monterey Jack nạo

HƯỚNG DẪN:

a) Làm nóng lò trước ở 350 độ.

b) Trong một bát lớn, kết hợp gà tây, ớt, nước dùng, súp và hành tây. Đậy đáy chảo 9x13 inch đã bôi mỡ bằng một nửa số bánh ngô. Rải một nửa hỗn hợp gà tây lên lớp bánh tortilla. Rắc một nửa phô mai lên trên. Lặp lại các lớp.

c) Nướng 25–30 phút hoặc cho đến khi sủi bọt và nóng đều.

48. T uketti

Thực hiện: 6–8 phần ăn

THÀNH PHẦN:

- 1 lon (10,75 ounce) kem súp nấm, cô đặc
- ½ cốc nước
- 2 chén gà tây nấu chín
- 1 ⅓ chén mì spaghetti, đã bẻ, nấu chín và để ráo nước
- ⅓ chén ớt chuông xanh xắt nhỏ
- ½ chén hành tây xắt nhỏ
- ½ muỗng cà phê muối
- ¼ muỗng cà phê tiêu đen
- 2 chén phô mai cheddar nghiền, chia

HƯỚNG DẪN:

a) Làm nóng lò trước ở 350 độ.

b) Trong một bát lớn, kết hợp súp và nước. Khuấy các thành phần còn lại trừ 1 chén phô mai. Rải hỗn hợp vào chảo 9x13 inch đã bôi mỡ.

c) Rắc phô mai còn lại lên trên. Nướng 45 phút.

49. Soong hạt anh túc

Làm cho: 6 phần ăn

THÀNH PHẦN:

- 1 ½ pound gà tây xay
- 1 quả ớt chuông xanh hoặc đỏ, xắt nhỏ
- 3 lon (8 ounce mỗi lon) nước sốt cà chua
- ½ muỗng cà phê muối
- ½ muỗng cà phê tiêu đen
- 1 gói (8 ounces) pho mát kem, hình khối
- ½ chén kem chua
- 1 chén phô mai
- 1 muỗng canh hạt anh túc
- 1 túi mì xoăn (12–18 ounces), nấu chín và để ráo nước
- 1 muỗng cà phê gia vị Ý
- ½ chén phô mai Parmesan nạo

HƯỚNG DẪN:

a) Làm nóng lò trước ở 350 độ.
b) Gà tây nâu và ớt chuông với nhau cho đến khi gà tây hoàn thành. Xả chất lỏng. Thêm nước sốt cà chua, muối và hạt tiêu và đun trên lửa nhỏ.
c) Trong một cái bát, trộn phô mai kem, kem chua, phô mai tươi và hạt anh túc, sau đó trộn với mì nóng đã ráo nước. Cho hỗn hợp mì vào đáy chảo 9x13 inch đã bôi mỡ và đổ hỗn hợp gà tây lên trên. Che và nướng 30 phút.
d) Khám phá và nướng thêm 10 phút nữa.
e) Rắc gia vị Ý và Parmesan lên trên.

50. Nhồi và soong gà tây

Làm cho: 6 phần ăn

THÀNH PHẦN:

- 2 lon (10,75 ounce mỗi lon) kem súp cần tây, cô đặc
- 1 cốc sữa
- ½ muỗng cà phê tiêu đen
- 1 túi (16 ounces) rau hỗn hợp đông lạnh, rã đông và để ráo nước
- 2 ½ chén gà tây nấu chín
- 1 hộp (6 ounces) hỗn hợp nhồi gia vị
- Làm nóng lò ở 400 độ.

HƯỚNG DẪN:

a) Trộn đều súp, sữa, hạt tiêu, rau và gà tây. Rải hỗn hợp gà tây vào chảo 9x13 inch đã bôi mỡ.

b) Chuẩn bị nhồi theo hướng gói. Thìa nhồi đều lên gà tây.

c) Nướng 25 phút, hoặc cho đến khi nóng qua.

51. Nướng gà tây và khoai tây

Làm cho: 4 phần ăn

THÀNH PHẦN:

- 2 chén gà tây nấu chín
- 2 củ khoai tây vừa, gọt vỏ và thái lát mỏng
- 1 củ hành vừa, thái lát
- Muối và hạt tiêu cho vừa ăn
- 1 lon (10,75 ounce) kem súp cần tây, cô đặc
- ½ cốc sữa tách béo

HƯỚNG DẪN:

a) Làm nóng lò trước ở 350 độ.

b) Trong chảo 8x8 inch đã bôi mỡ, xếp lớp gà tây, khoai tây và hành tây. Rắc muối và hạt tiêu.

c) Trong một cái bát, kết hợp súp và sữa. Đổ qua gà tây. Che và nướng 1 giờ.

52. Divan Thổ Nhĩ Kỳ

Thực hiện: 4–6 phần ăn

THÀNH PHẦN:

- 2 chén gà tây nấu chín thái hạt lựu
- 1 gói (10 ounces) bông cải xanh đông lạnh, nấu chín
- 1 lon (10,75 ounce) kem súp gà, cô đặc
- ½ chén sốt mayonaise
- ½ thìa nước cốt chanh
- ¼ muỗng cà phê bột cà ri
- ½ chén phô mai cheddar bào nhỏ

HƯỚNG DẪN:

a) Làm nóng lò trước ở 350 độ.

b) Lớp gà tây và bông cải xanh trong chảo 9x13 inch đã bôi mỡ.

c) Trong một cái bát, kết hợp súp, sốt mayonnaise, nước cốt chanh và bột cà ri.

d) Đổ qua gà tây và rắc phô mai. Che và nướng 40 phút.

53. mì hầm gà tây

Thực hiện: 4–6 phần ăn

THÀNH PHẦN:

- 1 túi mì trứng (12 ounces)
- 1 lon (10,75 ounce) kem súp cần tây, cô đặc
- ½ cốc sữa
- 1 lon (5 ounces) gà tây, để ráo nước
- 2 chén phô mai cheddar nạo
- ½ chén khoai tây chiên nghiền

HƯỚNG DẪN:

a) Làm nóng lò ở 400 độ.

b) Nấu mì theo hướng dẫn trên bao bì và để ráo nước. Khuấy súp, sữa, gà tây và phô mai vào mì nóng.

c) Trải hỗn hợp mì vào đĩa nướng 2 lít đã bôi mỡ.

d) Nướng 15 phút. Rắc khoai tây chiên lên trên và nướng thêm 3–5 phút nữa.

THỊT LỢN

54. Ravioli Alfredo nướng

Làm cho: 6 phần ăn

THÀNH PHẦN:

- 1 túi (25 ounce) ravioli xúc xích Ý đông lạnh
- 1 túi (16 ounces) bông cải xanh đông lạnh
- 1 hũ (16 ounce) sốt Alfredo
- ¾ cốc sữa
- ¼ chén vụn bánh mì dày dặn

HƯỚNG DẪN:

a) Làm nóng lò trước ở 350 độ.
b) Đặt ravioli đông lạnh vào đáy chảo 9x13 inch đã bôi mỡ. Trải bông cải xanh lên ravioli. Đổ nước sốt Alfredo lên bông cải xanh. Rưới đều sữa lên trên.
c) Che và nướng 50 phút. Khám phá và rắc vụn bánh mì lên trên.
d) Nướng, không đậy nắp, thêm 10 phút nữa hoặc cho đến khi nóng qua.

55. Mỳ Spaghetti xúc xích hầm

Thực hiện: 6–8 phần ăn

THÀNH PHẦN:

- xúc xích 1 pound
- 1 củ hành vừa, xắt nhỏ
- 1 lọ (26 ounce) nước sốt spaghetti
- ½ cốc nước
- 1 gói mì spaghetti (16 ounces), nấu chín và để ráo nước
- ¼ chén bơ hoặc bơ thực vật, tan chảy
- 3 quả trứng, đánh tan
- ½ chén phô mai Parmesan nạo
- 2 chén phô mai mozzarella nạo, chia
- 1 hộp (16 ounce) phô mai

HƯỚNG DẪN:

a) Làm nóng lò trước ở 350 độ.

b) Trong chảo rán, chiên vàng xúc xích và hành tây với nhau và để ráo dầu mỡ thừa. Khuấy nước sốt spaghetti và nước vào hỗn hợp xúc xích. Để nước sốt sôi trên lửa nhỏ trong 5 phút.

c) Trong một cái bát, kết hợp mì spaghetti đã nấu chín, bơ, trứng, phô mai Parmesan và một nửa phô mai mozzarella. Rải hỗn hợp mì vào chảo 9x13 inch đã bôi mỡ.
d) Trải đều phô mai tươi lên mì.
e) Rưới đều hỗn hợp nước sốt spaghetti lên trên. Rắc phô mai còn lại lên nước sốt.
f) Che và nướng 25 phút.
g) Mở nắp và nướng thêm 10–15 phút nữa.

56. Pizza thịt xông khói Canada nướng

Làm cho: 6 phần ăn

THÀNH PHẦN:

- 2 ống (7,5 ounce mỗi ống) bánh quy bơ làm lạnh
- 1 lọ (14 ounces) nước sốt bánh pizza
- 1 chén phô mai trộn kiểu Ý
- 15 đến 20 lát thịt xông khói Canada
- 1 ½ chén phô mai mozzarella nạo, chia

HƯỚNG DẪN:

a) Làm nóng lò ở 375 độ.

b) Tách bánh quy và cắt mỗi cái thành 4 miếng. Cho vào một cái tô lớn và trộn với nước sốt pizza và pho mát hỗn hợp của Ý. Đặt hỗn hợp bánh quy vào chảo 9x13 inch đã bôi mỡ.

c) Đặt các lát thịt xông khói Canada đều lên trên.

d) Rắc phô mai mozzarella lên trên.

e) Nướng 20–25 phút hoặc cho đến khi bánh quy chín.

57. Bông cải xanh và Ham Potpie

Thực hiện: 4–6 phần ăn

THÀNH PHẦN:

- 1 gói (10 ounces) bông cải xanh xắt nhỏ đông lạnh, rã đông
- 1 lon (15 ounces) ngô nguyên hạt, để ráo nước
- 1 lon (10,75 ounce) kem súp nấm, cô đặc
- 2 chén giăm bông nấu chín hoàn toàn
- 1 ½ chén phô mai cheddar nạo
- ¾ chén kem chua
- ½ muỗng cà phê tiêu đen
- 1 vỏ bánh đông lạnh

HƯỚNG DẪN:

a) Làm nóng lò ở 425 độ.

b) Trải bông cải xanh vào đáy chảo sâu lòng 10 inch đã được bôi mỡ nhẹ và có thể dùng lò vi sóng hoặc đĩa tròn 1 ½ lít.

c) Trong một cái bát, trộn ngô, súp, giăm bông, phô mai, kem chua và hạt tiêu với nhau. Muỗng hỗn hợp trên bông cải xanh. Dùng khăn giấy đậy lại và cho vào lò vi sóng ở nhiệt độ cao trong 3–4 phút rưỡi hoặc cho đến khi nóng.

d) Đặt lớp vỏ bánh đã mở lên trên hỗn hợp giăm bông và nhét các cạnh vào trong chảo. Cắt bốn khe 1 inch trên lớp vỏ để hơi nước thoát ra trong quá trình nướng. Đặt chảo lên trên một tấm nướng.

e) Nướng 15 phút, hoặc cho đến khi lớp vỏ chuyển sang màu nâu vàng.

58. Cheddar Ham mì soong

Thực hiện: 4–6 phần ăn

THÀNH PHẦN:

- 1 túi mì trứng (12 ounces)
- ¼ chén ớt chuông xanh thái hạt lựu
- ½ củ hành vừa
- 1 muỗng canh dầu ô liu
- 1 lon (10,75 ounce) kem súp nấm, cô đặc
- ⅔ cốc sữa
- 1 ½ chén giăm bông nấu chín hoàn toàn thái hạt lựu
- 2 chén phô mai cheddar nạo

HƯỚNG DẪN:

a) Làm nóng lò ở 400 độ.

b) Nấu mì theo hướng dẫn trên bao bì và để ráo nước.

c) Trong chảo, xào ớt chuông và hành tây trong dầu ô liu cho đến khi hành tây trong mờ. Khuấy súp, sữa, giăm bông, rau và phô mai vào mì ấm.

d) Trải hỗn hợp mì vào đĩa nướng 2 lít đã bôi mỡ.
e) Nướng 15 phút, hoặc cho đến khi nóng qua.

59. Thịt hầm Pizza kiểu Chicago

Thực hiện: 6–8 phần ăn

THÀNH PHẦN:

- 2 ống (13,8 ounce mỗi ống) bột làm vỏ bánh pizza trong tủ lạnh
- 2 chén nước sốt spaghetti truyền thống, chia
- 1 pound xúc xích, chín vàng và ráo nước
- ½ củ hành vừa, xắt nhỏ
- 2 chén phô mai mozzarella nạo, chia

HƯỚNG DẪN:

a) Làm nóng lò ở 375 độ.

b) Trải 1 lớp vỏ bánh lên đáy và lên các mặt của chảo 9x13 inch đã được bôi mỡ nhẹ. Phết 1-½ chén nước sốt lên trên lớp vỏ. Trải xúc xích và hành tây đã nấu chín lên trên nước sốt. Rắc 1-½ chén phô mai lên trên lớp xúc xích.

c) Đặt lớp vỏ bánh pizza còn lại lên trên và chụm bột từ lớp vỏ bên dưới và bên trên lại với nhau. Cắt các khe 1 inch ở lớp vỏ trên cùng. Cẩn thận phết nước sốt và phô mai còn lại lên trên.

d) Nướng 30 phút, hoặc cho đến khi lớp vỏ có màu vàng nâu và chín ở giữa.

60. Bông cải xanh, phô mai và giăm bông

Thực hiện: 4–6 phần ăn

THÀNH PHẦN:

- 1 gói (10 ounces) bông cải xanh đông lạnh
- 1 chén giăm bông nấu chín hoàn toàn thái hạt lựu
- 1 lon (10,75 ounce) súp phô mai cheddar, cô đặc
- ½ chén kem chua
- 2 chén vụn bánh mì
- 1 muỗng canh bơ hoặc bơ thực vật, tan chảy

HƯỚNG DẪN:

a) Làm nóng lò trước ở 350 độ.

b) Nấu bông cải xanh theo hướng dẫn trên bao bì. Trong một bát lớn, kết hợp tất cả các thành phần trừ vụn bánh mì và bơ. Chuyển hỗn hợp vào chảo 9x13 inch đã bôi mỡ. Kết hợp vụn bánh mì và bơ, sau đó rắc lên hỗn hợp. Nướng 30–35 phút.

61. Sườn lợn phô mai Thụy Sĩ

Thực hiện: 4–6 phần ăn

THÀNH PHẦN:

- 6 miếng sườn heo
- 1 muỗng canh bơ hoặc bơ thực vật
- 12 lá nguyệt quế tươi
- 6 lát giăm bông
- 2 muỗng canh cây xô thơm tươi xắt nhỏ
- 1 chén phô mai Thụy Sĩ nghiền

HƯỚNG DẪN:

a) Làm nóng lò ở 375 độ.
b) Trong chảo rán, chiên vàng miếng sườn heo trong bơ 2–3 phút mỗi mặt. Cho ra đĩa có lót giấy thấm dầu.
c) Trong chảo 9x13 inch đã bôi mỡ, xếp lớp sườn heo, lá nguyệt quế, giăm bông, cây xô thơm và pho mát.
d) Che và nướng 25 phút.

62. Thiên đường băm nâu

Thực hiện: 6–8 phần ăn

THÀNH PHẦN:

- 4 chén băm vụn đông lạnh, rã đông
- 1 pound thịt xông khói, nấu chín và vỡ vụn
- ⅔ cốc sữa
- ½ chén hành tây xắt nhỏ
- ½ muỗng cà phê muối
- ¼ muỗng cà phê tiêu đen
- ⅛ muỗng cà phê bột tỏi (tùy chọn)
- 2 muỗng canh bơ hoặc bơ thực vật, tan chảy

HƯỚNG DẪN:

a) Làm nóng lò trước ở 350 độ.
b) Trộn tất cả các nguyên liệu trong một cái tô lớn.
c) Chuyển sang chảo 8x8 inch đã bôi mỡ.
d) Nướng 45 phút.

63. Jambalaya

Thực hiện: 6–8 phần ăn

THÀNH PHẦN:

- ½ chén bơ hoặc bơ thực vật
- 1 củ hành tây lớn, xắt nhỏ
- 1 quả ớt chuông xanh lớn, xắt nhỏ
- ½ chén cần tây thái hạt lựu
- 1 muỗng canh tỏi băm
- 1 pound xúc xích hun khói nấu chín hoàn toàn, thái lát
- 3 chén nước luộc gà
- 2 chén gạo trắng chưa nấu chín
- 1 chén cà chua xắt nhỏ
- ½ chén hành lá xắt nhỏ
- 1-½ muỗng canh mùi tây
- 1 muỗng canh sốt Worrouershire
- 1 muỗng canh sốt Tabasco

HƯỚNG DẪN:

a) Làm nóng lò ở 375 độ.
b) Trong một cái chảo, làm tan chảy bơ. Xào hành tây, ớt chuông, cần tây và tỏi trong bơ cho đến khi mềm.
c) Trong một bát lớn, kết hợp xúc xích, nước dùng, gạo, cà chua, hành lá, rau mùi tây, sốt Worrouershire và sốt Tabasco. Khuấy rau xào vào hỗn hợp xúc xích.
d) Trải vào chảo 9x13 inch đã bôi mỡ.
e) Che và nướng 20 phút. Khuấy, đậy nắp và nướng thêm 20 phút nữa.
f) Khuấy, đậy nắp và nướng trong 5–10 phút cuối cùng hoặc cho đến khi cơm chín.

64. Cơm Cam Sườn Heo

Làm cho: 6 phần ăn

THÀNH PHẦN:

- 6 miếng sườn heo
- Muối và hạt tiêu cho vừa ăn
- 1 ⅓ chén gạo trắng chưa nấu chín
- 1 cốc nước cam
- 1 lon (10,75 ounce) súp gà và cơm, cô đặc

HƯỚNG DẪN:

a) Làm nóng lò trước ở 350 độ.

b) Trong một chảo chiên, chiên thịt lợn nâu 2 phút mỗi bên và nêm muối và hạt tiêu. Để qua một bên.

c) Trong chảo 9x13 inch đã bôi mỡ, trộn cơm và nước cam.

d) Đặt sườn heo trên cơm. Đổ súp lên trên. Che và nướng 45 phút.

e) Mở nắp và nấu thêm 10 phút nữa hoặc cho đến khi hoàn thành.

65. Xúc xích Pepperoni soong

Thực hiện: 4–6 phần ăn

THÀNH PHẦN:

- xúc xích 1 pound
- 1 củ hành vừa, xắt nhỏ
- 1 gói (3,5 ounce) pepperoni thái lát
- 1 lọ (14 ounces) nước sốt bánh pizza
- 1 ¼ chén phô mai mozzarella nạo
- 1 chén hỗn hợp bánh quy
- 1 cốc sữa
- 2 quả trứng, đánh nhẹ

HƯỚNG DẪN:

a) Làm nóng lò ở 400 độ.

b) Trong chảo rán, chiên vàng xúc xích và hành tây cho đến khi xúc xích chín. Xả hết mỡ thừa sau đó cho pepperoni vào khuấy đều. Trải hỗn hợp thịt vào chảo 8x8 inch đã bôi mỡ. Đổ nước sốt đều lên thịt. Rắc phô mai lên nước sốt.

c) Trong một bát riêng, trộn hỗn hợp bánh quy, sữa và trứng với nhau. Đổ bột đều lên hỗn hợp thịt và nước sốt.

d) Nướng, không đậy nắp, 25 phút, hoặc cho đến khi vàng nâu.

THỊT BÒ

66. bánh nướng rotini

Thực hiện: 6–8 phần ăn

THÀNH PHẦN:

- 12 ounces rotini xoăn chưa nấu chín hoặc mì ống nhỏ
- 1 pound thịt bò xay
- 1 lọ (26 ounce) nước sốt spaghetti
- 2 quả trứng, đánh nhẹ
- 1 hộp (16 ounce) phô mai
- 2 chén phô mai mozzarella nạo, chia
- ½ chén phô mai Parmesan nạo

HƯỚNG DẪN:

a) Làm nóng lò trước ở 350 độ.
b) Nấu mì theo hướng dẫn trên bao bì và để ráo nước.
c) Trong chảo rán, làm nâu và để ráo nước thịt bò trong khi nấu mì. Cho sốt spaghetti vào thịt bò.
d) Trong một bát lớn, kết hợp trứng, phô mai tươi, 1 chén phô mai mozzarella và phô mai Parmesan. Nhẹ nhàng gấp mì ống đã nấu chín vào hỗn hợp phô mai. Rải một phần ba hỗn hợp thịt bò lên đáy

chảo 9x13 inch đã bôi mỡ. Đặt một nửa hỗn hợp mì ống trên thịt bò.

e) Lớp một phần ba hỗn hợp thịt bò trên mì. Lớp mì còn lại lên trên, tiếp theo là hỗn hợp thịt bò còn lại.

f) Che và nướng 40 phút. Mở nắp và rắc phô mai mozzarella còn lại lên trên. Quay trở lại lò nướng và nướng thêm 5–10 phút nữa hoặc cho đến khi phô mai tan chảy.

67. bánh bao thịt bò

Thực hiện: 6–8 phần ăn

THÀNH PHẦN:

- 1 pound thịt bò nạc hầm, nấu chín
- 1 gói (16 ounces) rau hỗn hợp đông lạnh, rã đông
- 1 lọ (12 ounce) nước sốt nấm
- ½ muỗng cà phê húng tây
- 1 ống (8 ounces) cuộn lưỡi liềm làm lạnh

HƯỚNG DẪN:

a) Làm nóng lò ở 375 độ.

b) Kết hợp tất cả các thành phần ngoại trừ cuộn trong chảo 9x13 inch đã bôi mỡ.

c) Nướng 20 phút.

d) Lấy ra khỏi lò và đặt bột dẹt lên trên.

e) Quay trở lại lò nướng và nướng trong 17–19 phút hoặc cho đến khi lớp vỏ có màu nâu vàng.

68. Bánh Bắp Ớt

Thực hiện: 6–8 phần ăn

THÀNH PHẦN:

- 1 củ hành vừa, xắt nhỏ
- 1 muỗng canh bơ hoặc bơ thực vật
- 2 lon (15 ounce mỗi lon) ớt với thịt và đậu
- 1 lon (11 ounce) ngô kiểu Mexico, để ráo nước
- 1 chén phô mai cheddar nạo
- 1 gói hỗn hợp bánh mì ngô (kích thước chảo 8x8 inch)

HƯỚNG DẪN:

a) Làm nóng lò ở 425 độ.

b) Trong chảo, xào hành tây trong bơ cho đến khi hành mềm. Cho ớt và ngô vào xào cùng. Trải hỗn hợp ớt vào chảo 9x13 inch đã bôi mỡ. Rắc phô mai lên trên.

c) Trong một cái bát, trộn hỗn hợp bánh mì ngô theo hướng dẫn trên bao bì. Đổ bột đều lên hỗn hợp ớt.
d) Nướng 25 phút, hoặc cho đến khi bánh mì ngô có màu nâu vàng và đặt ở giữa.

69. soong Enchilada

Làm cho: 6 phần ăn

THÀNH PHẦN:

- 1 pound thịt bò xay, nâu và ráo nước
- 1 lon (15 ounces) ớt, bất kỳ loại nào
- 1 lon (8 ounce) nước sốt cà chua
- 1 lon (10 ounce) nước sốt enchilada
- 1 túi (10 ounce) khoai tây chiên Fritos, chia nhỏ
- 1 cốc kem chua
- 1 chén phô mai cheddar nạo

HƯỚNG DẪN:

a) Làm nóng lò trước ở 350 độ.

b) Trong một bát lớn, kết hợp thịt bò nấu chín, ớt, nước sốt cà chua và nước sốt enchilada. Khuấy 2/3 số chip. Phết hỗn hợp vào đĩa nướng 2 lít đã bôi mỡ.

c) Nướng, không đậy nắp, 24–28 phút hoặc cho đến khi nóng qua.

d) Phết kem chua lên trên. Rắc phô mai lên trên kem chua. Nghiền vụn còn lại và rắc lên trên.
e) Nướng thêm 5–8 phút nữa hoặc cho đến khi phô mai tan chảy.

70. <u>Enchiladas kem phô mai</u>

Thực hiện: 6–8 phần ăn

THÀNH PHẦN:

- 1 pound thịt bò xay, nâu và ráo nước
- ½ chén hành tây xắt nhỏ
- 2 lon (8 ounce mỗi lon) nước sốt cà chua
- ¼ cốc nước
- 1 ½ thìa cà phê ớt bột
- ½ muỗng cà phê tiêu đen
- 1 gói (8 ounces) pho mát kem, làm mềm
- 12 bánh bột mì vừa
- 2 chén phô mai cheddar nạo
- rau diếp thái nhỏ
- kem chua

HƯỚNG DẪN:

a) Làm nóng lò ở 375 độ.

b) Trong một bát lớn, kết hợp thịt bò nấu chín, hành tây, nước sốt cà chua, nước và gia vị. Phết phô mai kem lên bánh ngô, cuộn lại và cho vào chảo 9x13 inch đã bôi mỡ. Đổ hỗn hợp thịt bò lên bánh ngô.

c) Rắc phô mai cheddar. Che và nướng 25 phút.

d) Phục vụ trên rau diếp thái nhỏ và phủ một lớp kem chua lên trên.

71. Chilighetti

Thực hiện: 6–8 phần ăn

THÀNH PHẦN:

- 1 pound thịt bò xay, nâu và ráo nước
- 1 gói mì spaghetti (8 ounces), nấu chín và để ráo nước
- ½ chén hành tây xắt nhỏ
- 1 cốc kem chua
- 2 lon (8 ounce mỗi lon) nước sốt cà chua
- Nấm thái lát đóng hộp 4 ounce
- 2 lon (16 ounce mỗi lon) ớt, bất kỳ loại nào
- 1 tép tỏi, băm nhỏ
- 2 chén phô mai cheddar nạo

HƯỚNG DẪN:

a) Làm nóng lò trước ở 350 độ.
b) Trong một bát lớn, kết hợp tất cả các thành phần trừ phô mai.
c) Chuyển hỗn hợp vào chảo 9x13 inch đã bôi mỡ. Phủ phô mai lên trên.
d) Nướng 20 phút.

72. Tacos món ăn sâu

Làm cho: 4 phần ăn

THÀNH PHẦN:

- ½ chén kem chua
- ½ chén sốt mayonaise
- ½ chén phô mai cheddar nạo
- ¼ chén hành tây xắt nhỏ
- 1 chén hỗn hợp bánh quy
- ¼ cốc nước lạnh
- ½ pound thịt bò xay, nâu và ráo nước
- 1 quả cà chua vừa, thái lát mỏng
- ½ chén ớt chuông xanh, xắt nhỏ

HƯỚNG DẪN:

a) Làm nóng lò ở 375 độ.
b) Trong một cái bát, kết hợp kem chua, sốt mayonnaise, phô mai và hành tây. Để qua một bên.
c) Trong một bát riêng, trộn hỗn hợp bánh quy và nước cho đến khi tạo thành một khối bột mềm.

d) Nhấn bột vào đáy và lên các mặt của chảo 8x8 inch đã bôi mỡ.
e) Lớp thịt bò, cà chua và ớt chuông trên bột. Đổ hỗn hợp kem chua lên trên.
f) Nướng 25–30 phút.

73. soong cao bồi

Thực hiện: 6–8 phần ăn

THÀNH PHẦN:

- 1 pound thịt bò xay
- 1 củ hành vừa, xắt nhỏ
- 2 quả ớt jalapeño, bỏ hạt và thái hạt lựu
- 2 gói (6,5 ounce mỗi gói) hỗn hợp bánh mì ngô
- ½ muỗng cà phê muối
- ½ muỗng cà phê baking soda
- 1 lon (14,75 ounce) ngô kiểu kem
- ¾ cốc sữa
- 2 quả trứng, đánh tan
- 2 chén phô mai cheddar nghiền, chia

HƯỚNG DẪN:

a) Làm nóng lò trước ở 350 độ.

b) Trong chảo rán, phi thơm thịt bò với hành tây và ớt cho đến khi thịt bò chín. Xả hết dầu mỡ thừa và đặt sang một bên.
c) Trong một cái bát, kết hợp hỗn hợp bánh mì ngô, muối, baking soda, ngô, sữa và trứng. Trải một nửa bột lên đáy chảo 9x13 inch đã bôi mỡ. Rắc một nửa phô mai lên bột. Rắc đều hỗn hợp thịt lên trên.
d) Rắc phô mai còn lại lên hỗn hợp thịt, sau đó phết phần bột còn lại lên trên.
e) Nướng, không đậy nắp, 35 phút hoặc cho đến khi bánh mì ngô có màu nâu vàng và đặt ở giữa.

74. Bánh phô mai đáng kinh ngạc

Làm cho: 4 phần ăn

THÀNH PHẦN:

- 1 pound thịt bò xay, nâu và ráo nước
- 1 chén hành tây xắt nhỏ
- 1 chén phô mai cheddar nạo
- 1 cốc sữa
- ½ chén hỗn hợp bánh quy
- 2 quả trứng

HƯỚNG DẪN:

a) Làm nóng lò ở 325 độ.

b) Trong chảo 9x9 inch đã bôi mỡ, xếp lớp thịt bò, hành tây và pho mát.

c) Trong một cái bát, kết hợp sữa, hỗn hợp bánh quy và trứng. Trải hỗn hợp bột trên pho mát.

d) Nướng 25–35 phút hoặc cho đến khi con dao được đưa vào giữa sẽ sạch sẽ.

75. Macaroni nướng kiểu Ý

Làm cho: 6 phần ăn

THÀNH PHẦN:

- 8 ounce mì ống khuỷu tay chưa nấu chín
- 1 pound thịt bò xay, nâu và ráo nước
- Muối và hạt tiêu cho vừa ăn
- 1 lọ (14 ounces) nước sốt bánh pizza
- Nấm thái lát đóng hộp 4 ounce
- 2 chén phô mai mozzarella nạo

HƯỚNG DẪN:

a) Làm nóng lò trước ở 350 độ.

b) Nấu mì ống theo hướng dẫn trên bao bì và để ráo nước.

c) Nêm thịt bò đã nấu chín với muối và hạt tiêu. Đặt một nửa số mì ống vào đáy đĩa nướng 2 lít đã bôi mỡ.

d) Xếp từng lớp một nửa thịt bò, nước sốt pizza, nấm và pho mát. Đặt mì ống còn lại lên trên và lặp lại các lớp.

e) Che và nướng 20 phút.

f) Mở nắp và nướng thêm 5–10 phút nữa hoặc cho đến khi phô mai tan chảy.

76. thịt hầm khoai tây

Thực hiện: 6–8 phần ăn

THÀNH PHẦN:

- 1 pound thịt bò xay
- 2 củ hành vừa, xắt nhỏ
- 1 ½ muỗng cà phê gia vị Ý
- 4 đến 6 củ khoai tây vừa, gọt vỏ và thái lát mỏng
- Muối và hạt tiêu cho vừa ăn
- 1 lon (10,75 ounce) kem súp nấm, cô đặc
- ⅓ cốc nước

HƯỚNG DẪN:

a) Làm nóng lò trước ở 350 độ.

b) Trong chảo rán, phi vàng thịt bò và hành tây cho đến khi thịt bò chín. Khuấy gia vị Ý vào hỗn hợp thịt bò. Đặt một phần ba số khoai tây dưới đáy chảo 9x13 inch đã bôi mỡ.

c) Rắc khoai tây với muối và hạt tiêu.

d) Trải một nửa hỗn hợp thịt bò lên trên. Lặp lại các lớp, kết thúc bằng lớp khoai tây. Kết hợp súp và nước. Rải hỗn hợp súp lên trên.

e) Che và nướng 1 giờ.

77. thịt viên soong

Thực hiện: 6–8 phần ăn

THÀNH PHẦN:

- 1 lon (10,75 ounce) kem súp gà, cô đặc
- 1 cốc kem chua
- 1 chén phô mai cheddar nạo
- 1 củ hành tây lớn, xắt nhỏ
- 1 muỗng cà phê muối
- 1 muỗng cà phê tiêu đen
- 1 gói (30 ounces) băm nhỏ đông lạnh, rã đông
- 20 viên thịt viên đông lạnh sơ chế

HƯỚNG DẪN:

a) Làm nóng lò trước ở 350 độ.

b) Trong một cái bát, khuấy đều súp, kem chua, phô mai, hành tây, muối và hạt tiêu. Dùng khăn giấy thấm khô băm rồi trộn vào hỗn hợp súp.

c) Rải hỗn hợp băm nâu vào chảo 9x13 inch đã bôi mỡ.

d) Ấn nhẹ các viên thịt vào hỗn hợp màu nâu băm theo các hàng đều nhau. Che và nướng 35 phút.

e) Mở nắp và nướng thêm 10–15 phút nữa hoặc cho đến khi có màu nâu băm.

78. Nướng vòng hành tây

Thực hiện: 6–8 phần ăn

THÀNH PHẦN:

- 1-½ pound thịt bò xay
- 1 củ hành vừa, xắt nhỏ
- 1 lọ (18 ounces) sốt thịt nướng hickory
- 1 túi (16 ounce) vòng hành tây đông lạnh

HƯỚNG DẪN:

a) Làm nóng lò ở 425 độ.

b) Trong chảo rán, phi vàng thịt bò và hành tây cho đến khi thịt bò chín. Xả hết dầu mỡ thừa. Khuấy nước sốt thịt nướng vào thịt bò và hành tây.

c) Trải hỗn hợp thịt bò vào chảo 9x13 inch đã bôi mỡ.

d) Đặt các vòng hành tây đều lên trên.

e) Nướng 20–25 phút hoặc cho đến khi các khoanh hành tây giòn.

79. Soong Joe Pie cẩu thả

Thực hiện: 4–6 phần ăn

THÀNH PHẦN:

- 1 pound thịt bò xay
- 1 củ hành vừa, xắt nhỏ
- 1 lon (15 ounces) cà chua nghiền, với chất lỏng
- 1 phong bì gia vị joe cẩu thả
- 1 ống (8 ounces) bột cuộn hình lưỡi liềm làm lạnh

HƯỚNG DẪN:

a) Làm nóng lò ở 375 độ.

b) Trong chảo rán, phi vàng thịt bò và hành tây cho đến khi thịt bò chín.

c) Khuấy cà chua nghiền và gia vị vào thịt bò và hành tây.

d) Đun nhỏ lửa ở nhiệt độ trung bình thấp trong 5 phút, thỉnh thoảng khuấy.

e) Đặt hỗn hợp thịt bò vào một cái chảo sâu lòng 9 inch hoặc một đĩa nướng tròn.

f) Đặt các hình lưỡi liềm đã được làm phẳng riêng lẻ lên trên, đặt phần mỏng ở giữa, kéo dài mép dưới của tam giác bột hình lưỡi liềm ra bên ngoài chảo.
g) Bột chồng lên nhau nếu cần thiết.
h) Nướng 15 phút, hoặc cho đến khi lớp vỏ có màu nâu vàng.

80. Soong Tây Nam

Thực hiện: 6–8 phần ăn

THÀNH PHẦN:

- 1 pound thịt bò xay, nâu và ráo nước
- 2 lon (8 ounce mỗi lon) nước sốt cà chua
- 1 lon (12–15 ounce) ngô nguyên hạt, để ráo nước
- 1 phong bì gia vị taco
- 10 bánh tortilla bột kiểu gordita vừa
- 1 lon (10,75 ounce) kem súp cần tây, cô đặc
- ¾ cốc sữa
- 1-½ chén phô mai cheddar nghiền hoặc phô mai Mexico

HƯỚNG DẪN:

a) Làm nóng lò trước ở 350 độ.

b) Trong một cái bát, kết hợp thịt bò nấu chín, sốt cà chua, ngô và gia vị taco. Sử dụng 6 bánh tortillas để phủ đáy và các mặt của chảo 9x13 inch đã được bôi mỡ.

c) Phết hỗn hợp thịt bò lên bánh ngô. Sử dụng bánh tortillas còn lại để phủ hỗn hợp thịt bò, cắt cho phù hợp nếu cần thiết.

d) Trộn súp và sữa với nhau và đổ lên bánh tortillas. Rắc phô mai lên trên.
e) Nướng 20–25 phút hoặc cho đến khi các cạnh chuyển sang màu nâu vàng.

81. Khoai tây Tot soong

Thực hiện: 6–8 phần ăn

THÀNH PHẦN:

- 1 pound thịt bò xay
- 1 củ hành vừa, xắt nhỏ
- 2 hộp (10,75 ounce mỗi hộp) kem nấm, cô đặc
- 1 lon (14,5 ounce) ngô nguyên hạt, để ráo nước
- 1 chén phô mai cheddar nạo
- 1 gói (27–32 ounce) khoai tây chiên đông lạnh

HƯỚNG DẪN:

a) Làm nóng lò trước ở 350 độ.

b) Trong chảo rán, phi vàng thịt bò và hành tây cho đến khi thịt bò chín. Xả hết dầu mỡ thừa.

c) Đặt hỗn hợp thịt bò vào đáy chảo 9x13 inch đã bôi mỡ.

d) Múc 1 lon súp lên trên. Rắc ngô và phô mai lên trên lớp súp.

e) Che với tater tots.

f) Rải lon súp còn lại lên bánh tater. Nướng 40 phút.

HẢI SẢN

82. Soong mì ống cá và phô mai

Làm cho: 5 phần ăn

THÀNH PHẦN:

- 16 ounce mì ống xoăn, nấu chín và để ráo nước
- 1 hũ (16 ounces) nước sốt Ragu double-cheddar
- 5 phi lê cá tẩm bột đông lạnh

HƯỚNG DẪN:

a) Làm nóng lò ở 375 độ.

b) Nấu mì ống theo hướng dẫn trên bao bì và để ráo nước. Đặt mì ống vào chảo 9x13 inch đã bôi mỡ. Khuấy nước sốt cheddar vào mì. Đặt cá lên trên.

c) Nướng, không đậy nắp, 30 phút.

83. Thịt hầm cá ngừ-Tater Tot

Làm cho: 6 phần ăn

THÀNH PHẦN:

- 1 gói (32 ounce) tots đông lạnh
- 1 lon (6 ounces) cá ngừ, để ráo nước
- 1 lon (10,75 ounce) kem súp gà, cô đặc
- ½ cốc sữa
- 1 ½ chén phô mai cheddar nạo

HƯỚNG DẪN:

a) Làm nóng lò trước ở 350 độ.

b) Đặt khoai tây chiên vào đĩa nướng 2 lít đã bôi mỡ.

c) Kết hợp cá ngừ, súp và sữa.

d) Đổ lên tots tater và sau đó rắc pho mát. Che và nướng 1 giờ.

84. Cá ngừ hầm truyền thống

Thực hiện: 4–6 phần ăn

THÀNH PHẦN:

- 1 túi mì trứng (12 ounces)
- 1 lon (10,75 ounce) kem súp nấm, cô đặc
- ½ cốc sữa
- 1 lon (6 ounces) cá ngừ, để ráo nước
- 2 chén phô mai cheddar nạo
- ½ chén pho mát nghiền và khoai tây chiên kem chua

HƯỚNG DẪN:

a) Làm nóng lò ở 400 độ.

b) Nấu mì theo hướng dẫn trên bao bì và để ráo nước. Khuấy súp, sữa, cá ngừ và phô mai vào mì.

c) Trải hỗn hợp mì vào đĩa nướng 2 lít đã bôi mỡ.

d) Nướng 15 phút. Rắc khoai tây chiên lên trên và nướng thêm 3–5 phút nữa.

85. cá hồi hầm mù tạt

Làm cho: 8 phần ăn

THÀNH PHẦN:

- 2 quả trứng đánh tan
- ⅔ cốc sữa nguyên chất
- ½ chén kem chua
- ¾ chén vụn bánh mì khô
- 1 muỗng cà phê gia vị hải sản
- ½ muỗng cà phê gia vị tiêu chanh
- ¼ muỗng cà phê thì là khô
- 3 chén cá hồi nấu chín
- 3 muỗng canh. cần tây xắt nhỏ
- 2 muỗng canh. hành tây xắt nhỏ
- 4 ½ thìa nước cốt chanh
- 1 ⅓ chén sốt mayonaise
- 1 muỗng canh. mù tạt đã chuẩn bị (sử dụng yêu thích của bạn)
- 1 lòng trắng trứng

- 2 muỗng canh. mùi tây tươi băm nhỏ

HƯỚNG DẪN:

a) Trong một bát lớn, thêm trứng, sữa và kem chua. Đánh cho đến khi kết hợp. Thêm vụn bánh mì, gia vị hải sản, gia vị tiêu chanh và thì là. Đánh cho đến khi kết hợp. Thêm cá hồi, cần tây, hành tây và nước cốt chanh. Khuấy cho đến khi kết hợp.

b) Xịt một món nướng 11 x 7 bằng bình xịt chống dính. Thìa soong vào món nướng. Làm nóng lò ở 350 °. Nướng trong 25 phút hoặc cho đến khi một con dao cắm vào giữa soong sạch sẽ.

c) Trong khi hầm đang nấu, thêm sốt mayonnaise và mù tạt vào một cái bát nhỏ. Khuấy cho đến khi kết hợp. Trong một bát nhỏ, thêm lòng trắng trứng. đánh trứng

d) trắng cho đến khi hình thành đỉnh cứng. Nhẹ nhàng gấp trong hỗn hợp mayonnaise. Trải trên soong. Nướng trong 10-13 phút hoặc cho đến khi lớp trên bề mặt phồng lên và có màu nâu nhạt. Lấy ra khỏi lò và rắc mùi tây lên trên.

86. Thịt hầm cá hồi

Làm cho: 4 phần ăn

THÀNH PHẦN:

- ⅓ chén ớt chuông xanh xắt nhỏ
- 3 muỗng canh. hành tây xắt nhỏ
- 2 muỗng canh. dầu thực vật
- ¼ chén bột mì đa dụng
- ½ muỗng cà phê muối
- 1 ½ cốc sữa nguyên chất
- 10,75 ounce súp kem cần tây có thể
- 6 ounce pkg. cá hồi hồng không da không xương
- 1 chén đậu xanh đông lạnh
- 2 muỗng cà phê nước cốt chanh
- 8 chiếc. có thể làm lạnh cuộn lưỡi liềm

HƯỚNG DẪN:

a) Trong một chảo lớn trên lửa vừa, thêm ớt chuông xanh, hành tây và dầu thực vật. Xào trong 5 phút. Thêm bột mì đa dụng và muối vào chảo. Khuấy liên tục và nấu trong 1 phút. Trong khi liên tục khuấy, từ từ thêm sữa.

b) Tiếp tục khuấy và nấu trong 2-3 phút hoặc cho đến khi nước sốt đặc lại và sủi bọt. Tháo chảo ra khỏi bếp.

c) Thêm kem súp cần tây, cá hồi, đậu xanh và nước cốt chanh vào chảo. Khuấy cho đến khi kết hợp và muỗng vào đĩa nướng 11 x 7. Làm nóng lò ở 375 °.

d) Lấy bột hình lưỡi liềm ra khỏi hộp. Đừng cuộn bột. Cắt bột thành 8 lát và đặt lên trên soong.

e) Nướng trong 12-15 phút hoặc cho đến khi lớp vỏ hình lưỡi liềm có màu nâu vàng và soong nóng. Lấy ra khỏi lò và phục vụ.

87. Hầm mì ống hải sản

Làm cho: 6 phần ăn

THÀNH PHẦN:

- ¼ chén dầu ô liu
- 1 pound măng tây tươi, tỉa và cắt thành miếng 1 inch
- 1 chén hành lá xắt nhỏ
- 1 muỗng canh. tỏi băm
- 16 ounce pkg. mì sợi, nấu chín và để ráo nước
- 1 pound tôm vừa, nấu chín, bóc vỏ và bỏ chỉ
- 8 ounce thịt cua, nấu chín
- 8 ounces tôm hùm giả hoặc tươi, nấu chín
- 8 ounces hộp ô liu đen, để ráo nước

HƯỚNG DẪN:

a) Làm nóng lò ở 350 °. Xịt một món hầm 4 quart bằng bình xịt nấu ăn không dính. Trong chảo trên lửa vừa, thêm dầu ô liu.

b) Khi dầu nóng, thêm măng tây, hành lá và tỏi. Xào trong 5 phút.

c) Lấy chảo ra khỏi bếp và thêm rau và dầu ô liu vào đĩa thịt hầm.

d) Thêm mì sợi, cua, tôm hùm và ô liu đen vào món thịt hầm.
e) Quăng cho đến khi kết hợp. Nướng trong 30 phút hoặc cho đến khi soong nóng.
f) Lấy ra khỏi lò và phục vụ.

88. thịt hầm hải sản Bayou

Làm cho: 6 phần ăn

THÀNH PHẦN:

- 8 ounce pho mát kem, hình khối
- 4 muỗng canh. Bơ không muối
- 1 ½ chén hành tây xắt nhỏ
- 2 xương sườn cần tây, xắt nhỏ
- 1 quả ớt chuông xanh lớn, xắt nhỏ
- 1 pound tôm vừa chín, bóc vỏ và bỏ chỉ
- 2 lon thịt cua để ráo & vẩy, cỡ 6 ounces
- 10,75 ounce lon kem súp nấm
- ¾ chén cơm
- 4 ounce nấm thái lát lọ, để ráo nước
- 1 muỗng cà phê muối tỏi
- ¾ muỗng cà phê sốt Tabasco
- ½ muỗng cà phê ớt cayenne
- ¾ chén phô mai cheddar bào nhỏ
- ½ chén bánh quy giòn Ritz

HƯỚNG DẪN:

a) Làm nóng lò ở 350 °. Xịt một món nướng 2 quart bằng bình xịt chống dính. Trong một chảo nước sốt nhỏ trên lửa nhỏ, thêm pho mát kem và 2 muỗng canh bơ.

b) Khuấy liên tục và nấu cho đến khi pho mát kem và bơ tan chảy. Lấy chảo ra khỏi bếp.

c) Trong một cái chảo lớn trên lửa vừa, thêm hành tây, cần tây, ớt chuông xanh và 2 muỗng canh bơ. Xào trong 6 phút hoặc cho đến khi rau mềm.

d) Thêm tôm, cua, kem súp nấm, cơm, nấm, muối tỏi, sốt Tabasco, ớt cayenne và hỗn hợp pho mát kem. Khuấy cho đến khi kết hợp. Lấy chảo ra khỏi bếp và cho thìa vào đĩa nướng.

e) Rắc phô mai cheddar và bánh quy giòn Ritz lên trên soong.

f) Nướng trong 25 phút hoặc cho đến khi soong nóng và sủi bọt. Lấy ra khỏi lò và phục vụ.

89. soong hải sản kem

Làm cho: 6 phần ăn

THÀNH PHẦN:

- 1 pound phi lê cá bơn, cắt thành miếng 1 inch
- 1 pound tôm sống cỡ vừa, bóc vỏ và bỏ chỉ
- 10,75 ounce lon kem súp tôm
- ¼ cốc sữa nguyên kem
- 1 chén bánh quy giòn Ritz
- ¼ chén phô mai Parmesan nạo
- 1 muỗng cà phê ớt bột
- 2 muỗng canh. bơ không muối tan chảy

HƯỚNG DẪN:

a) Làm nóng lò ở 350 °. Xịt một món nướng 11 x 7 bằng bình xịt chống dính. Đặt các miếng cá bơn và tôm vào đĩa nướng.

b) Trong một bát trộn, thêm kem súp tôm và sữa. Khuấy cho đến khi kết hợp và phết lên trên cá và tôm.
c) Trong một bát nhỏ, thêm bánh quy giòn Ritz, phô mai Parmesan, ớt bột và bơ. Khuấy cho đến khi kết hợp và rắc lên trên soong.
d) Nướng trong 25 phút hoặc cho đến khi cá bong ra dễ dàng bằng nĩa và tôm chuyển sang màu hồng.
e) Lấy ra khỏi lò và phục vụ.

90. <u>thịt hầm cá bơn</u>

Làm cho: 4 phần ăn

THÀNH PHẦN:

- 5 muỗng canh. Bơ không muối
- ¼ chén bột mì đa dụng
- ½ muỗng cà phê muối
- ⅛ muỗng cà phê tiêu trắng
- 1 ½ cốc sữa nguyên chất
- 1 chén ớt chuông xanh xắt nhỏ
- 1 chén hành tây xắt nhỏ
- 2 chén cá bơn nấu chín, cắt khối
- 3 quả trứng luộc chín, xắt nhỏ
- 2 ounce lọ ớt đỏ thái hạt lựu, để ráo nước
- ⅓ chén phô mai cheddar bào nhỏ

HƯỚNG DẪN:

a) Trong một chảo nước sốt lớn trên lửa vừa, thêm 4 muỗng canh bơ. Khi bơ tan chảy, thêm bột mì đa dụng, muối và tiêu trắng.
b) Khuấy liên tục và nấu trong 1 phút. Trong khi liên tục khuấy, từ từ thêm sữa. Tiếp tục khuấy và nấu khoảng 2 phút hoặc cho đến khi nước sốt đặc lại. Lấy chảo ra khỏi bếp và đậy nắp chảo.
c) Làm nóng lò ở 375 °. Xịt một món ăn hầm 1 ½ quart bằng bình xịt nấu ăn không dính. Trong một cái chảo nhỏ trên lửa vừa, thêm 1 muỗng canh bơ. Khi bơ tan chảy, thêm ớt chuông xanh và hành tây.
d) Xào trong 5 phút hoặc cho đến khi rau mềm. Tắt bếp và thêm vào nước sốt.
e) Thêm cá bơn, trứng luộc và ớt đỏ vào nước sốt. Khuấy cho đến khi kết hợp và muỗng vào món thịt hầm.
f) Rắc phô mai cheddar lên trên soong.
g) Nướng trong 15-20 phút hoặc cho đến khi soong nóng và sủi bọt.
h) Lấy ra khỏi lò và phục vụ.

91. Sole nướng & cải bó xôi

Làm cho: 6 phần ăn

THÀNH PHẦN:

- 16 cốc nước
- 8 ounce pkg. mì trứng
- 3 muỗng canh. Bơ không muối
- 3 muỗng canh. bột mì đa dụng
- 3 ly sữa nguyên chất
- 1 ½ chén phô mai cheddar bào nhỏ
- 1 muỗng canh. nước chanh
- 1 muỗng cà phê muối
- 1 muỗng cà phê mù tạt
- 1 muỗng cà phê nước sốt Worrouershire
- ⅛ muỗng cà phê hạt nhục đậu khấu
- ⅛ muỗng cà phê tiêu đen
- 2 gói. rau bina khô đông lạnh rã đông & vắt, cỡ 10 ounce
- 1 ½ pound phi lê duy nhất
- ¼ chén hạnh nhân cắt lát nướng

HƯỚNG DẪN:

a) Trong một chảo nước sốt lớn trên lửa vừa, thêm nước. Khi nước sôi, cho mì trứng vào khuấy đều. Nấu trong 6 phút hoặc cho đến khi mì mềm. Lấy chảo ra khỏi bếp và chắt hết nước ra khỏi mì.

b) Trong một chảo nước sốt lớn trên lửa vừa, thêm bơ. Khi bơ tan chảy, cho bột mì đa dụng vào khuấy đều. Khuấy liên tục và nấu trong 1 phút.

c) Trong khi liên tục khuấy, từ từ thêm sữa.

d) Tiếp tục khuấy và nấu trong 2 phút hoặc cho đến khi nước sốt đặc lại và sủi bọt.

e) Thêm 1 chén pho mát cheddar, nước cốt chanh, muối, mù tạt xay, sốt Worrouershire, hạt nhục đậu khấu và hạt tiêu đen vào chảo. Khuấy cho đến khi kết hợp và phô mai tan chảy.

f) Thêm mì vào nước sốt. Khuấy cho đến khi kết hợp. Loại bỏ một nửa nước sốt và đặt vào một cái bát.

g) Làm nóng lò ở 375 °. Xịt chảo nướng 9 x 13 bằng bình xịt chống dính. Thìa nước sốt còn lại trong chảo nướng. Đặt rau bina trên nước sốt trong chảo nướng. Đặt miếng phi lê duy nhất lên trên.

h) Phết nước sốt phô mai dành riêng lên trên. Rắc hạnh nhân lên nước sốt.

i) Nướng trong 30 phút hoặc cho đến khi soong sủi bọt và đế dễ dàng bong ra bằng nĩa. Lấy ra khỏi lò và phục vụ.

92. mì ống cá tuyết hầm

Làm cho: 6 phần ăn

THÀNH PHẦN:

- 14 cốc nước
- 1 muỗng cà phê gia vị tiêu chanh
- 1 lá nguyệt quế
- 2 pound phi lê cá tuyết, cắt thành miếng 1 inch
- 1 chén mì ống vỏ nhỏ khô
- 1 quả ớt chuông đỏ, xắt nhỏ
- 1 quả ớt chuông xanh, xắt nhỏ
- 1 chén hành tây xắt nhỏ
- 1 muỗng canh. Bơ không muối
- 3 muỗng canh. bột mì đa dụng
- 2 ½ cốc sữa cô đặc
- ¾ muỗng cà phê muối
- ½ thìa húng tây khô
- ¼ muỗng cà phê tiêu đen

- 1 chén hỗn hợp phô mai Mexico cắt nhỏ

HƯỚNG DẪN:

a) Trong một cái chảo lớn trên lửa vừa, thêm 6 cốc nước, gia vị tiêu chanh và lá nguyệt quế. Đun sôi và thêm cá tuyết. Đậy nắp chảo. Đun nhỏ lửa trong 5-6 phút hoặc cho đến khi cá bong ra và mềm. Tắt bếp và chắt hết nước trong chảo. Loại bỏ lá nguyệt quế và loại bỏ.

b) Trong chảo nước sốt trên lửa vừa, thêm 8 cốc nước. Khi nước sôi, cho mì ống nguyên vỏ vào khuấy đều. Nấu trong 6 phút hoặc cho đến khi mì mềm. Tắt bếp và rút hết nước ra khỏi mì ống.

c) Trong chảo nước sốt trên lửa vừa, thêm ớt chuông đỏ, ớt chuông xanh,

d) hành tây và bơ. Xào trong 5 phút hoặc cho đến khi rau mềm. Thêm bột mì đa dụng vào chảo. Khuấy liên tục và nấu trong 1 phút. Trong khi liên tục khuấy, từ từ thêm sữa cô đặc. Tiếp tục khuấy và nấu trong 2 phút hoặc cho đến khi nước sốt đặc lại.

e) Thêm hỗn hợp muối, cỏ xạ hương, hạt tiêu đen và phô mai Mexico vào chảo. Khuấy cho đến khi kết hợp và phô mai tan chảy. Lấy chảo ra khỏi bếp.

f) Thêm mì ống và cá vào nước sốt. Nhẹ nhàng khuấy cho đến khi kết hợp. Làm nóng lò ở 350 °. Xịt một món nướng 2 quart bằng bình xịt chống dính. Thìa soong vào món nướng. Đậy đĩa bằng nắp hoặc giấy nhôm.

g) Nướng trong 25 phút hoặc cho đến khi soong nóng và sủi bọt. Lấy ra khỏi lò và phục vụ.

93. Chả cá thanh ngô

Làm cho: 8 phần ăn

THÀNH PHẦN:

- ¼ chén hành tây xắt nhỏ
- ¼ chén ớt chuông xanh xắt nhỏ
- ¼ chén bơ không ướp muối, cắt khối
- ¼ chén bột mì đa dụng
- 1 ½ muỗng cà phê muối
- ¼ muỗng cà phê tiêu đen
- 2 muỗng cà phê đường cát
- 2 lon cà chua hầm, cỡ 14 ounce
- 2 gói. ngô nguyên hạt đông lạnh rã đông, cỡ 10 ounce
- 24 ounce pkg. que cá đông lạnh

HƯỚNG DẪN:

a) Làm nóng lò ở 350 °. Xịt hai đĩa nướng 11 x 7 bằng bình xịt chống dính. Trong một cái chảo lớn trên lửa vừa, thêm hành tây, ớt chuông xanh và bơ. Xào trong 4 phút.

b) Thêm bột mì đa dụng, muối, hạt tiêu đen và đường cát vào chảo. Khuấy liên tục và nấu trong 1 phút. Thêm cà chua với nước ép vào chảo. Khuấy liên tục và nấu trong 2-3 phút hoặc cho đến khi nước sốt đặc lại và sủi bọt. Lấy chảo ra khỏi bếp và thêm ngô. Khuấy cho đến khi kết hợp. Thìa vào các món nướng.

c) Đặt que cá lên trên cùng của soong. Đậy đĩa bằng giấy nhôm. Nướng trong 25 phút. Tháo lá nhôm. Nướng trong 15 phút hoặc cho đến khi que cá có màu vàng nâu và soong nóng và sủi bọt.

d) Lấy ra khỏi lò và phục vụ.

94. Hàu soong

Làm cho: 6 phần ăn

THÀNH PHẦN:

- 1 lít hàu đã tách vỏ
- 2 chén hành tây xắt nhỏ
- 1 ½ chén cần tây xắt nhỏ
- ¾ chén bơ không ướp muối
- ½ chén bột mì đa dụng
- 2 chén kem nửa rưỡi
- 2 muỗng cà phê mùi tây tươi băm nhỏ
- 1 muỗng cà phê muối
- ½ thìa húng tây khô
- ¼ muỗng cà phê tiêu đen
- ⅛ muỗng cà phê ớt cayenne
- 4 lòng đỏ trứng đánh tan
- 2 chén bánh quy giòn Ritz

HƯỚNG DẪN:

a) Để ráo hàu nhưng tiết kiệm rượu từ hàu trong một cái bát nhỏ. Trong một chảo nước sốt lớn trên lửa vừa, thêm hành tây, cần tây và ½ chén bơ. Xào trong 6 phút hoặc cho đến khi rau mềm.

b) Thêm bột mì đa dụng vào chảo. Khuấy liên tục và nấu trong 1 phút. Trong khi liên tục khuấy, từ từ thêm một nửa và một nửa kem. Tiếp tục khuấy và nấu khoảng 2 phút hoặc cho đến khi nước sốt đặc lại và sủi bọt.

c) Giảm nhiệt thấp. Thêm mùi tây, muối, cỏ xạ hương, hạt tiêu đen, ớt cayenne và nước hàu đã để sẵn. Khuấy liên tục và nấu trong 2 phút. Cho lòng đỏ trứng đã đánh tan vào một bát nhỏ. Thêm 1 muỗng canh nước sốt vào trứng. Đánh cho đến khi kết hợp. Thêm một thìa nước sốt khác vào lòng đỏ.

d) Đánh cho đến khi kết hợp. Thêm lòng đỏ trứng vào chảo và khuấy cho đến khi kết hợp. Lấy chảo ra khỏi bếp.

e) Xịt chảo nướng 9 x 13 bằng bình xịt chống dính. Làm nóng lò ở 400 °. Phết một nửa nước sốt vào chảo nướng.

f) Trải một nửa con hàu lên trên nước sốt. Rắc một nửa bánh quy giòn Ritz lên trên. Lặp lại các bước tạo lớp thêm 1 lần nữa.

g) Trong một cái bát dùng được trong lò vi sóng, thêm ¼ cốc bơ. Lò vi sóng trong 30 giây hoặc cho đến khi bơ tan chảy. Lấy ra khỏi lò vi sóng và rưới bơ lên trên vụn bánh quy giòn. Nướng trong 25 phút hoặc cho đến khi soong sủi bọt và có màu vàng nâu.

h) Lấy ra khỏi lò và để yên trong 10 phút trước khi ăn.

95. Soong Creole tôm

Thực hiện: 4-6 phần ăn

THÀNH PHẦN:

- 2 muỗng canh. dầu ô liu
- 1 ½ chén ớt chuông xanh xắt nhỏ
- 1 chén hành tây xắt nhỏ
- ⅔ chén cần tây xắt nhỏ
- 2 tép tỏi, băm nhỏ
- 1 chén gạo hạt dài khô
- 14 ounce có thể cà chua thái hạt lựu
- 2 muỗng cà phê sốt Tabasco
- 1 muỗng cà phê oregano khô
- ¾ muỗng cà phê muối
- ½ thìa húng tây khô
- hạt tiêu đen để hương vị
- 1 pound tôm tươi vừa, bóc vỏ và bỏ chỉ

- 1 muỗng canh. mùi tây tươi băm nhỏ

HƯỚNG DẪN:

a) Làm nóng lò nướng ở nhiệt độ 325°. Trong một cái chảo lớn trên lửa vừa cao, thêm dầu ô liu. Khi dầu nóng, thêm ớt chuông xanh, hành tây, cần tây và tỏi. Xào trong 5 phút. Thêm cơm vào chảo. Xào trong 5 phút.

b) Xả cà chua nhưng tiết kiệm chất lỏng. Thêm nước vào chất lỏng cà chua bằng 1 ¾ cốc. Thêm cà chua, nước cà chua, nước sốt Tabasco, lá oregano, muối, cỏ xạ hương và hạt tiêu đen vừa ăn vào chảo.

c) Khuấy cho đến khi kết hợp và nấu trong 2 phút. Lấy chảo ra khỏi bếp và cho tôm vào đảo đều.

d) Thìa soong vào một món nướng 2 ½ quart. Đậy đĩa bằng giấy nhôm. Nướng trong 50-55 phút hoặc cho đến khi gạo mềm.

e) Lấy đĩa ra khỏi lò và rắc mùi tây lên trên.

96. Soong Gratin hải sản

Làm cho: 6 phần ăn

THÀNH PHẦN:

- 8 lạng tôm vừa chín, bóc vỏ và bỏ chỉ
- 8 ounce thịt cua nấu chín
- 8 ounce đế nấu chín, xắt nhỏ
- 8 ounces tôm hùm nấu chín, xắt nhỏ
- 2 muỗng canh. Bơ không muối
- 2 muỗng canh. bột mì đa dụng
- ½ cốc sữa nguyên chất
- ¼ chén phô mai Parmesan nạo
- ½ cốc Cô-ca Cô-la
- 2 muỗng canh. miếng bánh mì panko

HƯỚNG DẪN:

a) Làm nóng lò nướng ở nhiệt độ 325°. Xịt một món nướng 2 quart bằng bình xịt chống dính. Cho tôm, cua, đế và tôm hùm vào đĩa nướng. Trong chảo trên lửa vừa, thêm bơ.

b) Khi bơ tan chảy, thêm bột mì đa dụng. Khuấy liên tục và nấu trong 1 phút.
c) Trong khi liên tục khuấy, từ từ thêm sữa và phô mai Parmesan. Khuấy liên tục và nấu trong 3 phút hoặc cho đến khi nước sốt đặc lại và sủi bọt.
d) Lấy chảo ra khỏi bếp và cho Coca Cola vào khuấy đều. Phết nước sốt lên hải sản trong đĩa nướng. Rắc vụn bánh mì lên trên.
e) Nướng trong 20 phút hoặc cho đến khi soong nóng và sủi bọt. Lấy ra khỏi lò và để nguội trong 5 phút trước khi ăn.

TRÁNG MIỆNG & CƠM HẤP NGỌT

97. Bánh kếp chuối sô cô la chip soong

Làm cho: 4 phần ăn

THÀNH PHẦN:

- 4 quả trứng
- 1 chén kem nặng
- ¼ chén xi-rô phong
- 1 muỗng cà phê chiết xuất vani
- 40 chiếc bánh nhỏ đông lạnh, rã đông
- 2 quả chuối, bóc vỏ và thái lát mỏng
- ¾ cốc sô cô la chip nhỏ
- Đường bột để hương vị

HƯỚNG DẪN:

a) Xịt chảo chống dính vào chảo bánh tròn 9 inch. Trong một bát trộn, thêm trứng, kem nặng, xi-rô cây thích và chiết xuất vani. Đánh cho đến khi kết hợp. Đặt một nửa số bánh kếp vào chảo bánh.

b) Đặt một nửa lát chuối lên trên bánh kếp. Rắc một nửa sô cô la chip lên bánh kếp. Đổ một nửa hỗn hợp trứng lên trên. Lặp lại các bước phân lớp một lần nữa.
c) Đậy chảo bằng giấy nhôm. Làm lạnh trong 2 giờ. Lấy ra khỏi tủ lạnh và để soong ngồi ở nhiệt độ phòng trong 30 phút. Làm nóng lò ở 350 °. Nướng trong 30 phút. Tháo giấy nhôm ra khỏi chảo.
d) Nướng trong 5-10 phút hoặc cho đến khi soong được đặt và bánh nóng.
e) Lấy ra khỏi lò và rắc đường bột cho vừa ăn.

98. Mì Pudding soong

Làm cho: 8 phần ăn

THÀNH PHẦN:

- 16 cốc nước
- 7 ½ chén mì trứng khô
- 8 ounce pho mát kem, làm mềm
- 6 muỗng canh. bơ không ướp muối, làm mềm
- 1 chén đường cát
- 3 quả trứng
- 1 cốc sữa nguyên kem
- 1 chén mật hoa mơ
- 1 chén vụn bông ngô
- 6 muỗng canh. bơ không muối tan chảy
- ½ muỗng cà phê bột quế

HƯỚNG DẪN:

a) Trong một chảo nước sốt lớn trên lửa vừa, thêm nước. Khi nước sôi, cho mì trứng vào khuấy đều. Nấu trong 6 phút hoặc cho đến khi mì mềm. Lấy chảo ra khỏi bếp và xả hết nước trong chảo.

b) Trong một bát lớn, thêm pho mát kem, bơ mềm và ½ chén đường cát. Sử dụng máy trộn ở tốc độ trung bình, đánh cho đến khi mịn và kem. Thêm trứng vào bát. Trộn cho đến khi kết hợp.

c) Thêm sữa và mật hoa mơ. Chỉ trộn cho đến khi kết hợp. Thêm vào mì và quăng cho đến khi mì được phủ kem.

d) Làm nóng lò ở 350 °. Xịt chảo nướng 9 x 13 bằng bình xịt chống dính. Trong một cái bát nhỏ, thêm vụn bánh ngô, ½ chén đường cát, bơ tan chảy và quế. Khuấy cho đến khi kết hợp. Trải mì trong chảo nướng.

e) Rắc bột ngô lên trên.

f) Nướng trong 25 phút hoặc cho đến khi soong được đặt ở giữa, nóng và sủi bọt. Lấy ra khỏi lò và phục vụ.

99. Soong bánh mì dâu tây

Thực hiện: 10 phần ăn

THÀNH PHẦN:

- 3 ½ cốc kem nặng
- 16 ounce kem mascarpone, ở nhiệt độ phòng ½ cốc cộng với 2 muỗng canh. đường mịn
- 2 muỗng cà phê chiết xuất vani
- ¼ muỗng cà phê muối
- 90 bánh quy giòn
- 2 pound dâu tây tươi, gọt vỏ và thái lát
- 1 quả chuối, bóc vỏ và thái lát

HƯỚNG DẪN:

a) Cho heavy cream, kem mascarpone, đường bột, chiết xuất vani và muối vào tô trộn. Sử dụng máy trộn ở tốc độ trung bình, đánh cho đến khi bạn gần như có đỉnh cứng. Kem phải cứng nhưng vẫn có thể tán được.

b) Phết một lớp kem mỏng vào đáy khay nướng 9 x 13. Đặt một lớp bánh quy ngắn lên trên kem. Phết ¼ phần kem còn lại lên trên bánh quy. Đặt ⅓ dâu tây lên kem. Đặt một lớp bánh quy khác lên trên dâu tây.

c) Trải một lớp kem khác lên trên bánh quy. Đặt ⅓ quả dâu tây khác lên trên kem. Đặt một lớp bánh quy khác lên trên dâu tây. Lặp lại các bước tạo lớp thêm 1 lần nữa.

d) Đặt các lát chuối lên trên. Phết phần kem còn lại lên soong. Che chảo bằng bọc nhựa. Làm lạnh ít nhất 6 giờ trước khi phục vụ.

100. thịt hầm Smores

Làm cho: 8 phần ăn

THÀNH PHẦN:

- 2 tờ bánh phồng đông lạnh, rã đông
- 1 pound phô mai kem, làm mềm
- 1 chén đường cát
- Kem marshmallow lọ 7 ounce
- 9 bánh quy graham
- 6 muỗng canh. bơ không muối tan chảy
- 1 cốc sô cô la chip nửa ngọt
- 2 chén kẹo dẻo thu nhỏ

HƯỚNG DẪN:

a) Làm nóng lò ở 375 °. Xịt nhẹ chảo nướng 9 x 13 bằng bình xịt chống dính. Cuộn 1 tấm bánh phồng đủ lớn để vừa với đáy chảo nướng. Đặt bánh phồng vào đáy chảo. Dùng nĩa chọc khắp mặt bánh phồng.

b) Nướng trong 4 phút. Lấy ra khỏi lò và để nguội hoàn toàn trước khi đổ đầy.

c) Trong một bát trộn, thêm pho mát kem và ¾ chén đường cát. Sử dụng máy trộn ở tốc độ trung bình, đánh cho đến khi mịn và kết hợp. Thêm kem marshmallow vào bát. Trộn cho đến khi kết hợp và phết lên bánh phồng trong chảo.
d) Nghiền bánh quy graham thành vụn trong một cái bát nhỏ. Cho 2 thìa đường cát và 3 thìa bơ vào bát. Khuấy cho đến khi kết hợp và rắc lên trên cùng của kem.
e) Rắc vụn sô cô la và kẹo dẻo nhỏ lên trên. Cuộn tấm bánh phồng thứ hai đủ lớn để phủ lên trên.
f) Dùng nĩa chọc khắp mặt bánh và đặt lên trên mặt soong. Phết 3 thìa bơ lên trên mặt bánh phồng. Rắc phần đường cát còn lại lên trên.
g) Nướng trong 12-15 phút hoặc cho đến khi bánh phồng lên và có màu vàng nâu.
h) Lấy ra khỏi lò và để nguội trong 5 phút trước khi ăn.

PHẦN KẾT LUẬN

Nồi hầm là một trong những vật dụng phục vụ thiết yếu mà bạn nên có trong nhà bếp của mình. Bạn có thể dễ dàng bảo quản thức ăn đã nấu chín trong hộp soong và vì chúng là hộp cách nhiệt nên thức ăn sẽ luôn nóng và tươi. Thực phẩm cũng có thể được lưu trữ qua đêm. Nếu bạn còn thức ăn thừa từ bữa tối, bạn có thể cho vào soong và hâm nóng lại vào sáng hôm sau nếu cần. Khi có khách đến chơi, bạn có thể chuẩn bị trước các món ăn và cho vào hầm. Nồi hầm hoặc hộp hâm nóng có sẵn với nhiều màu sắc và kiểu dáng khác nhau, để tăng thêm sức hấp dẫn cho phong cách trang trí phòng ăn của bạn.

Thịt hầm rất linh hoạt và bạn có thể sử dụng chúng hàng ngày nếu cần. Món thịt hầm cũng cực kỳ dễ nấu và ít làm bẩn bát đĩa. Họ phỏng đoán về thời gian của các món ăn phụ khác nhau. Chúng được làm gần như hoàn toàn từ các thành phần ổn định trên kệ. Thêm vào đó, độ nặng kem của chúng thỏa mãn theo cách mà không món salad nào có thể làm được.

www.ingramcontent.com/pod-product-compliance
Lightning Source LLC
LaVergne TN
LVHW021210061026
849535LV00008B/2668
* 9 7 8 1 7 8 3 5 7 3 6 5 3 *